# സാമൂഹ്യനീതിയും വികസനവും

**samoohyaneethiyum vikasanavum**

•

prof. k n gangadharan

•

*first edition*
september 2017

•

*published*
chintha publishers, thiruvananthapuram

•

*typesetting*
star communications, thiruvananthapuram

•

•

*cover*
midas

•



---

*വിതരണം*

**ദേശാഭിമാനി ബുക്ക് ഹൗസ്**

H O തിരുവനന്തപുരം–695 035
phone: 0471-2303026, 6063026
www.chinthapublishers.com
chinthapublishers@gmail.com

*ബ്രാഞ്ചുകൾ*

ഹെഡ്ഡാഫീസ് ബ്രാഞ്ച് കുന്നുകുഴി • സ്റ്റാച്യു തിരുവനന്തപുരം • കെ എസ് ആർ ടി സി ബസ് സ്റ്റേഷൻ ആലപ്പുഴ • കെ എസ് ആർ ടി സി ബസ് സ്റ്റേഷൻ എറണാകുളം • മച്ചിങ്ങൽ ലെയ്ൻ തൃശൂർ • ഐ ജി റോഡ് കോഴിക്കോട് • മാവൂർ റോഡ് കോഴിക്കോട് • എൻ ജി ഒ യൂണിയൻ ബിൽഡിങ് കണ്ണൂർ • സെൻട്രൽ ബസ് ടെർമിനൽ കോംപ്ലക്സ് താവക്കര കണ്ണൂർ

---

CO - 2569 / 4414
ISBN - 978-93-86637-38-3

# സാമൂഹ്യനീതിയും വികസനവും

പ്രൊഫ. കെ എൻ ഗംഗാധരൻ

ചിന്ത പബ്ലിഷേഴ്സ്
തിരുവനന്തപുരം-695 035

# പ്രൊഫ. കെ എൻ ഗംഗാധരൻ

തൃശൂർ ജില്ലയിൽ കാടുകുറ്റി പഞ്ചായത്തിൽ കാതിക്കുടം വാർഡിൽ 1940 ജൂൺ 15 ന് ജനനം. അച്ഛൻ: കെ എസ് നാണു. അമ്മ: സി എസ് നാരായണി.

വാളൂർ എൻ എസ് എസ് ഹൈസ്കൂൾ, കാലടി ശ്രീശങ്കരാ കോളേജ്, തേവര സേക്രഡ് ഹാർട്ട് കോളേജ് എന്നിവിടങ്ങളിൽ വിദ്യാഭ്യാസം. കേരളത്തിലെ വിവിധ ഗവ. കോളേജുകളിൽ അദ്ധ്യാപകൻ. യൂണിവേഴ്സിറ്റി കോളേജിലെ സാമ്പത്തിക ശാസ്ത്ര വിഭാഗം തലവനും പ്രൊഫസറും. ആറ്റിങ്ങൽ ഗവ. കോളേജ് പ്രിൻസിപ്പലായി സർവ്വീസിൽനിന്നും വിരമിച്ചു. പുരോഗമന കലാസാഹിത്യ സംഘം സംസ്ഥാന നിർവ്വാഹകസമിതി അംഗം, പ്രൊഫ. ജോസഫ് മുണ്ടശ്ശേരി ഫൗണ്ടേഷൻ എക്സിക്യൂട്ടീവ് ഡയറക്ടർ, ഇ എം എസ് അക്കാദമി ഫാക്കൽറ്റി അംഗം, കെ എസ് എഫ് ഇ ഡയറക്ടർ ബോർഡ് അംഗം, സർവ്വവിജ്ഞാന കോശം ഗവേണിങ് കൗൺസിൽ അംഗം, ജില്ല ആസൂത്രണ സമിതി അംഗം, അയ്യങ്കാളി നഗര തൊഴിലുറപ്പു പദ്ധതി സംസ്ഥാന കൗൺസിൽ അംഗം എന്നീ നിലകളിൽ പ്രവർത്തിക്കുന്നു.

*മാർക്സിസം ഒരു കൈപ്പുസ്തകം, എന്താണ് ധനശാസ്ത്രം, ആസിയൻ കരാർ കർഷകർക്കു മരണ വാറണ്ട്, പ്രതിസന്ധികൾ ഒഴിയുന്നില്ല, മാർക്സിസ്റ്റ് പദാവലി, ആഗോളവല്ക്കരണത്തിന്റെ രണ്ടു പതിറ്റാണ്ട്* എന്നിവയാണ് പ്രധാന കൃതികൾ. കൂടാതെ ആനുകാലികങ്ങളിൽ ലേഖനങ്ങൾ എഴുതി വരുന്നു.


ഭാര്യ : അഡ്വ. രുഗ്മിണി ഗംഗാധരൻ<br>
മക്കൾ : കെ ജി സൂരജ്, ഡോ. കെ ജി ചാന്ദിനി<br>
വിലാസം : കാരംവളപ്പിൽ<br>
ബി–5, ചിത്രനഗർ<br>
വട്ടിയൂർക്കാവ് പി ഒ<br>
തിരുവനന്തപുരം – 695013<br>
ഫോൺ : 9497811587, 0471–2361115

# ഉള്ളടക്കം

# പ്രസാധകക്കുറിപ്പ്

**രാ**ഷ്ട്രത്തിന്റെ ദിശയും നേടിയെടുക്കേണ്ട ലക്ഷ്യവും എന്താകണം എന്ന് ഇന്ത്യൻ ഭരണഘടന കൃത്യമായി നിർവ്വചിച്ചിട്ടുണ്ട്. ലക്ഷ്യം അങ്ങേയറ്റം ഉദാത്തവും മാതൃകാപരവും ആണെങ്കിലും, ഭരണകൂടത്തിന്റെ പിന്തുണയോടെ ഭരണഘടനയിലെ മാർഗ്ഗനിർദ്ദേശക നയങ്ങൾ എങ്ങനെ അട്ടിമറിക്കപ്പെടാം എന്നതിന്റെ ഏറ്റവും വലിയ ഉദാഹരണമാണ് കഴിഞ്ഞ ആറുപതിറ്റാണ്ടു കാലത്തെ ഇന്ത്യയുടെ ഭരണ ചരിത്രം.

സാമ്പത്തിക ഉദാരവല്ക്കരണ നയങ്ങൾ സ്വീകരിക്കപ്പെട്ടതും പത്താം ലോകസഭാ തിരഞ്ഞെടുപ്പിൽ ബി ജെ പി ഏറ്റവും വലിയ പ്രതിപക്ഷകക്ഷിയായതും ഒരുപക്ഷേ, യാദൃച്ഛികതയാവാം. എന്നാൽ, അന്ന് കോർപ്പറേറ്റുകളും ബി ജെ പിയും തമ്മിൽ ആരംഭിച്ച ബാന്ധവം പരസ്പരം പരിപോഷിപ്പിച്ചു വളരുകയാണ്.

ഈ വളർച്ചയുടെയും, കോൺഗ്രസ് ഭരണകൂട്ടുകെട്ടിന്റെ അഴിമതികളുടെയും, തൊഴിലില്ലായ്മയുടെയും പട്ടിണിയുടെയും ആത്മാഹുതികളുടെയും അതിന്റെ ഫലമായുണ്ടായ ബഹുജനപ്രതിഷേധത്തിന്റെയും കഥകളും ബി ജെ പിയുടെ ഭരണാരോഹണവും വർഗ്ഗീയതയും കോർപ്പറേറ്റിസവും കൈകോർത്ത് മുന്നേറുന്നതും സ്വതസിദ്ധമായ ശൈലിയിൽ വരച്ചിടുകയാണ് കെ എൻ ഗംഗാധരൻ തന്റെ *സാമൂഹ്യനീതിയും വികസനവും* എന്ന ഈ പുസ്തകത്തിൽ. പഠനാർഹമായ ഈ പുസ്തകം ചിന്ത പബ്ലിഷേഴ്സ് പ്രസിദ്ധീകരിക്കുകയാണ്, വാങ്ങി വായിക്കുക. കരുതിവയ്ക്കുക.

**ചിന്ത പബ്ലിഷേഴ്സ്**

# ഉറച്ച അർത്ഥശാസ്ത്ര സമീപനം

## ഡോ. കെ എൻ ഹരിലാൽ

**പ്രൊ**ഫസർ കെ എൻ ഗംഗാധരൻ പലപ്പോഴായി എഴുതിയ അർത്ഥശാസ്ത്ര സംബന്ധിയായ പതിനൊന്നു ലേഖനങ്ങളുടെ സമാഹാരമാണ് *സാമൂഹ്യനീതിയും വികസനവും* എന്ന പുസ്തകം. ഈ പുസ്തകം കൈകാര്യം ചെയ്യുന്ന വിഷയങ്ങൾ ഏറെ വൈവിദ്ധ്യമുള്ളതാണ്. വികസനസാഹിത്യത്തിലെ സൈദ്ധാന്തിക സമസ്യകൾ, കേന്ദ്ര-സംസ്ഥാന സർക്കാരുകളുടെ വികസന നയങ്ങൾ, അവയുടെ ഹ്രസ്വകാല-ദീർഘകാല പ്രത്യാഘാതങ്ങൾ, വിവിധ വിഭാഗം ജനങ്ങൾ അഭിമുഖീകരിക്കുന്ന നിത്യജീവിതത്തിലെ സാമ്പത്തിക പരാധീനതകൾ തുടങ്ങിയവയൊക്കെ ഈ ലേഖനങ്ങളിൽ വിശകലനം ചെയ്യപ്പെടുന്നുണ്ട്. എന്നാൽ പ്രമേയ വൈവിദ്ധ്യംകൊണ്ട് ഏറെ ആകർഷകമായ ഈ പുസ്തകത്തിന്റെ മൂല്യം വർദ്ധിപ്പിക്കുന്ന ഒരു പ്രധാന ഘടകം പ്രമേയം മാറുന്നതിനനുസരിച്ച് ഗ്രന്ഥകർത്താവിന്റെ അടിസ്ഥാന അർത്ഥശാസ്ത്ര സമീപനം മാറുന്നില്ല എന്നതാണ്. ഒരേ നിലപാടുതറയിൽ നിന്നുകൊണ്ടാണ് പ്രൊഫ. ഗംഗാധരൻ വികസന പ്രശ്നങ്ങളുടെ ചുരുളഴിക്കാൻ ശ്രമിക്കുന്നത്. മാർക്സിയൻ അർത്ഥശാസ്ത്രം നല്കുന്ന വെളിച്ചമാണ് അതിന് ഗ്രന്ഥകർത്താവിനെ പ്രാപ്തനാക്കുന്നത്. *സാമൂഹ്യനീതിയും വികസനവും* എന്ന പുസ്തകത്തിന്റെ തലക്കെട്ടുതന്നെ ഈ ലേഖനസമാഹാരത്തിന്റെ പൊതുസമീപനം എന്താണെന്നു വ്യക്തമാക്കുന്നുണ്ട്. സാമൂഹ്യനീതിയുടെ ഉരകല്ലിൽ വെച്ചുകൊണ്ടാണ് വികസനനയങ്ങളെയും പ്രശ്നങ്ങളെയും ഗ്രന്ഥകർത്താവ് വിശകലനം ചെയ്യുന്നത്.

കേരളത്തിന്റെ വികസനചരിത്രം സാമൂഹ്യനീതിക്കുവേണ്ടി ജനങ്ങൾ നടത്തിയ മുന്നേറ്റങ്ങളുടെ ചരിത്രമാണ്. ജനകീയ മുന്നേറ്റങ്ങൾ സൃഷ്ടിച്ച സമ്മർദ്ദമാണ് കേരളത്തിന്റെ തനത് വികസന മാതൃകയ്ക്കു കാരണമായ

ഭരണകൂട ഇടപെടലുകൾ അനിവാര്യമാക്കിയത്. 'കേരളത്തിന്റെ സാമ്പത്തിക വികസനം ഒരമ്പേഷണം' '1957 ന്റെ തുടർച്ചയും വളർച്ചയും' എന്നീ ലേഖനങ്ങൾ അടിവരയിടുന്നത് ഈ വസ്തുതയാണ്. കേരളത്തിന്റെ വികസന ചരിത്രവും അർത്ഥശാസ്ത്ര സിദ്ധാന്തവും ഉയർത്തിപ്പിടിക്കുന്ന സാമൂഹ്യനീതിയുടെ പാഠം നവ ഉദാരവല്ക്കരണനയങ്ങൾ എങ്ങനെ അവഗണിക്കുന്നു എന്നു വെളിവാക്കുന്നവയാണ് ഈ സമാഹാരത്തിലെ മറ്റു ലേഖനങ്ങൾ.

നവഉദാരീകരണത്തിന്റെ വക്താക്കൾ മുന്നോട്ടുവെക്കുന്ന ധനക്കമ്മി, പൊതുകടം തുടങ്ങിയവ സംബന്ധിച്ച യാഥാസ്ഥിതിക സാമ്പത്തിക ശാസ്ത്ര സമീപനങ്ങളുടെ പൊള്ളത്തരം ഈ ലേഖനങ്ങൾ വ്യക്തമായി തുറന്നു കാട്ടുന്നുണ്ട്. ഉദാരീകരണത്തിന്റെ പരിമിതികൾ തുറന്നുകാട്ടപ്പെടുന്നത് കേവലം സൈദ്ധാന്തിക തലത്തിൽ മാത്രമല്ല എന്നതും ഇവിടെ എടുത്തു പറയേണ്ടതുണ്ട്. ഉദാരീകരണ നയങ്ങൾ നടപ്പിലാക്കിയതിനെത്തുടർന്ന് ഇന്ത്യൻ സമ്പദ് ഘടനയിൽ ഉണ്ടായ അനുഭവങ്ങളുടെ സാക്ഷ്യം സ്ഥിതി വിവരക്കണക്കുകളുടെ സഹായത്തോടുകൂടി അവതരിപ്പിച്ചുകൊണ്ടാണ് ഗ്രന്ഥകർത്താവ് തന്റെ വാദങ്ങൾ സമർത്ഥിക്കുന്നത്. സ്ഥിതി വിവരക്കണക്കുകൾ നിരത്തിക്കൊണ്ടുള്ള ലളിതമായ വിശകലനവും പ്രതിപാദനരീതിയും ഈ പുസ്തകത്തിന്റെ പ്രത്യേകതയാണ്. സങ്കീർണ്ണമായ അർത്ഥശാസ്ത്ര പ്രശ്നങ്ങൾ പോലും വളരെ ലളിതമായി അവതരിപ്പിക്കുന്നതിൽ ഗ്രന്ഥകർത്താവ് വിജയിച്ചിരിക്കുന്നു. അതുകൊണ്ടുതന്നെ സാമ്പത്തികശാസ്ത്രം പഠിച്ചിട്ടില്ലാത്ത സാധാരണ വായനക്കാർക്കും ഈ പുസ്തകം പ്രയോജനപ്പെടും എന്ന് നിസ്സംശയം പറയാം.

ഈ ലേഖനസമാഹാരത്തിന്റെ എടുത്തു പറയേണ്ട മറ്റൊരു പ്രത്യേകത അതിന്റെ ആനുകാലിക പ്രാധാന്യമാണ്. ചരിത്രവും, സിദ്ധാന്തവും പ്രയോഗവുമെല്ലാം പരിശോധിക്കപ്പെടുന്നത് വർത്തമാനകാലത്തെ ജനജീവിതത്തിന്റെ വീക്ഷണകോണിലൂടെയാണ് എന്നു മാത്രമല്ല സാമ്പത്തിക നയ രൂപീകരണവുമായി ബന്ധപ്പെട്ട ഏറ്റവും പുതിയ സംഭവവികാസങ്ങൾക്കും ഈ സമാഹാരത്തിൽ ഇടം നല്കിയിട്ടുണ്ട്. നോട്ടു നിരോധനത്തെയും ചരക്കുസേവന നികുതിയെയുംപറ്റിയുള്ള ലേഖനങ്ങൾ ഇതിനുദാഹരണമാണ്.

ആഗോള സാമ്പത്തിക പ്രതിസന്ധിയും ഇന്ത്യയിലെ നവഉദാരീകരണ നയങ്ങൾ സൃഷ്ടിക്കുന്ന പ്രതികൂല പ്രത്യാഘാതങ്ങളും ഇന്ന് ഇന്ത്യയുടെ സാമ്പത്തിക രംഗത്ത് വലിയ കോളിളക്കങ്ങൾ സൃഷ്ടിച്ചുകൊണ്ടിരിക്കുകയാണ്. തൊഴിൽരഹിത വളർച്ച, രൂക്ഷമാവുന്ന അസമത്വം, കാർഷികരംഗത്തെ തകർച്ച, കൂലിക്കാരുടെ ആത്മഹത്യ, അവരുടെ സമരങ്ങൾ, ബാങ്കിങ് മേഖലയെ തകർച്ചയുടെ വക്കിൽ എത്തിച്ചിരിക്കുന്ന കിട്ടാക്കടത്തിന്റെ പ്രശ്നം തുടങ്ങിയവ ആഴത്തിൽ വേരുകളുള്ള ഒരു സാമ്പത്തിക വ്യാധിയുടെ ലക്ഷണങ്ങളാണ്. സാമ്പത്തിക മേഖലയിൽ പെട്ടെന്നു പരിഹരിക്കാൻ കഴിയാത്ത പ്രശ്നങ്ങളുടെ ഇത്തരം വേലിയേ

റ്റങ്ങൾ ഉണ്ടാവുമ്പോഴാണ് തീവ്ര വലതുപക്ഷ രാഷ്ട്രീയം വളർന്നു തഴയ്ക്കുന്നത്. ഇന്ത്യയിൽ ഇപ്പോൾ സംഭവിക്കുന്നതും മറ്റൊന്നല്ല. ചുരുക്കത്തിൽ ഇന്ത്യയുടെ സാമ്പത്തിക രംഗത്തും രാഷ്ട്രീയരംഗത്തും ഉരുണ്ടുകൂടുന്ന തീർത്തും ആശങ്കാജനകമായ പുതിയ സാഹചര്യങ്ങളെ മനസ്സിലാക്കുന്നതിന് ഈ ഗ്രന്ഥം ഏറെ സഹായകരമാവും.

# 1

# കേരളത്തിന്റെ സാമ്പത്തിക വികസനം ഒരന്വേഷണം

**കേ**രളം കടുത്ത ഉല്പാദനപ്രതിസന്ധി നേരിടുകയാണ്. സംസ്ഥാന വരുമാനത്തിന്റെ ഏറ്റക്കുറച്ചിലുകൾ നോക്കി പ്രതിസന്ധിയുടെ ആഴം അളക്കാനാവുകയില്ല. ഉല്പാദനമേഖലകൾ തന്നെ പരിശോധനാവിഷയമാക്കാതെ മുന്നോട്ടുള്ള വഴി തെളിയുകയുമില്ല. ഉദാ: 1990–91 ൽ സംസ്ഥാന വരുമാനത്തിൽ കൃഷി, മത്സ്യബന്ധനം, കാലിവളർത്തൽ, ഖനനം ഉൾപ്പെടുന്ന പ്രാഥമിക മേഖലയുടെ സംഭാവന 38 ശതമാനമായിരുന്നു. വ്യവസായം, നിർമ്മാണം, വൈദ്യുതി എന്നിവ ഉൾപ്പെടെ ദ്വിതീയ മേഖലയുടേത് 26 ശതമാനവും. ഗതാഗതം, വാർത്താവിനിമയം, ബാങ്കിങ്, ഇൻഷുറൻസ്, റിയൽ എസ്റ്റേറ്റ്, ഹോട്ടൽ, വ്യാപാരം എന്നിവ ഉൾപ്പെടുന്ന സേവനമേഖല 35 ശതമാനം സംഭാവനചെയ്തു. 2015–16 ൽ പ്രാഥമിക മേഖലയുടെ പങ്ക് 11.58 ശതമാനമായി കുറഞ്ഞു. ദ്വിതീയമേഖലയുടേത് 23.79 ശതമാനമായും കുറഞ്ഞു. എന്നാൽ സേവനമേഖലയുടേത് 64.63 ശതമാനമായി കുതിച്ചുയർന്നു. മാത്രമല്ല ഗതാഗതം, വാർത്താവിനിമയം, ബാങ്കിങ്–ഇൻഷുറൻസ്, റിയൽ എസ്റ്റേറ്റ്, ഹോട്ടലുകളും റസ്റ്റോറന്റുകളും എന്നിവയുടെ പങ്ക് അതിദ്രുതം വളർന്നു.

കൃഷിയും വ്യവസായവും സ്തംഭിക്കുകയോ പിന്നോട്ടടിക്കുകയോ ചെയ്തപ്പോൾ, സേവനമേഖല മുന്നേറി. സംസ്ഥാന സമ്പദ് വ്യവസ്ഥയുടെ ചാലകശക്തിയായി മാറി. പ്രധാന വരുമാനസ്രോതസ്സായി വളർന്നു. ഇന്ന് കേരളം നേരിടുന്നത് ഉല്പാദന പ്രതിസന്ധിയാണ്. പണവരുമാന പ്രതിസന്ധിയല്ല. പ്രതിസന്ധിയുടെ ഒരുരൂപമാണ് അതിരൂക്ഷമാകുന്ന വിലക്കയറ്റം. ഉല്പാദനവും വരുമാനവും തമ്മിൽ വളരുന്ന അസന്തുലിതാവസ്ഥ പരിഹരിക്കപ്പെടുന്നത് അന്യസംസ്ഥാനത്തുനിന്നുള്ള ഇറക്കുമതിയിലൂടെയാണ്.

## 12 സാമൂഹ്യനീതിയും വികസനവും

*പ്രൊഫ. കെ എൻ ഗംഗാധരൻ*

കേരളം ഒരു പ്രത്യേക രീതിയിലാണ് വികസനശ്രമങ്ങൾ ആരംഭിച്ചത്. മനഃപൂർവ്വവും ലക്ഷ്യബോധവുമുള്ള സർക്കാർ ഇടപെടൽ ആരംഭിക്കുന്നത് ഐക്യകേരളപ്പിറവിയോടെയാണ്. കൃഷിയും കന്നുകാലി വളർത്തലും കൈത്തൊഴിലുകളുമായിരുന്നു സാധാരണക്കാരുടെ ജീവനോപാധികൾ. സവർണ്ണ ജന്മികളായിരുന്നു ഭൂമിയുടെ ഉടമകൾ. അവർണ്ണ ജാതിക്കാർ കുടികിടപ്പുകാരും കർഷകത്തൊഴിലാളികളുമായിരുന്നു. പാട്ടം കുറയ്ക്കുന്നതിനും കുടിയൊഴിപ്പിക്കലിനുമെതിരെ സമരങ്ങൾ അനവധി അരങ്ങേറി. കൂലിക്കൂടുതലിനുവേണ്ടിയും വിദ്യാഭ്യാസ ജനാധിപത്യ അവകാശങ്ങൾക്കുവേണ്ടിയും സമരങ്ങളുണ്ടായി. സമരപരമ്പരകളുടെ ഒരു ഘട്ടമായിരുന്നു 1957 ലെ തിരഞ്ഞെടുപ്പ്. അധികാരമേറ്റ സർക്കാർ ആദ്യം ചെയ്തത് കുടിയൊഴിപ്പിക്കൽ നിരോധന ഉത്തരവ് പുറപ്പെടുവിക്കുകയായിരുന്നു. ഭൂമിയുടെ അന്യായമായ കൈമാറ്റം അതോടെ തടസ്സപ്പെട്ടു. മറ്റു സംസ്ഥാനങ്ങളിലാകട്ടെ, ഭൂനിയമം ഉണ്ടാക്കുന്നതിനെടുത്ത കാലവിളംബം മുതലാക്കി ജന്മികൾ വ്യാപകമായ തിരിമറികൾ നടത്തി നിയമത്തെത്തന്നെ പ്രഹസനമാക്കി. ഭൂപരിഷ്കരണ നിയമം, വിദ്യാഭ്യാസ നിയമം, കേരള സർവ്വകലാശാലാ നിയമം, സ്വകാര്യ വനഭൂമി ഏറ്റെടുക്കൽ നിയമം, തൊഴിൽ സമരങ്ങളിൽ പൊലീസ് ഇടപെടൽ അവസാനിപ്പിച്ചുകൊണ്ടുള്ള നിയമം തുടങ്ങിയവ കേരളത്തിന്റെ സാമ്പത്തിക സാമൂഹിക–സാംസ്കാരിക മണ്ഡലങ്ങളിൽ അനുകൂല പ്രത്യാഘാതങ്ങളുണ്ടാക്കി. പില്ക്കാല കേരളത്തിന്റെ സാമ്പത്തികാടിത്തറ അങ്ങനെയാണ് രൂപപ്പെട്ടത്. ഭൂപരിഷ്കരണം സാധാരണക്കാരുടെ തൊഴിലും വരുമാനവും ഉയർത്തി. സമത്വബോധത്തെ തട്ടിയുണർത്തി. ജനാധിപത്യം ശക്തമായി. വിദ്യാഭ്യാസ പരിഷ്കാരം വിജ്ഞാനം ജനകീയമാക്കി. മാനേജ്മെന്റെന്ന യജമാനന് മൂക്കുകയറിട്ടു. പൊതുവിതരണ സമ്പ്രദായത്തിന്റെ വ്യാപനമാണ് കൊടും പട്ടിണി കുറച്ചത്. ഭരണം വികേന്ദ്രീകരിക്കാനുള്ള ശ്രമങ്ങളുമുണ്ടായി. ജനപങ്കാളിത്ത വികസനമെന്ന നൂതന സങ്കല്പമുണ്ടായി. സാമൂഹിക നീതി പ്രബലമായി. ജനാധിപത്യത്തിന് അർത്ഥവ്യാപ്തി കൈവന്നു. ആരോഗ്യവും വിദ്യാഭ്യാസവും മെച്ചപ്പെട്ടതോടെ ആയുർദൈർഘ്യം ഉയർന്നു. ജനന നിരക്കു നിയന്ത്രിക്കാൻ കഴിഞ്ഞു. മരണനിരക്കു കുറഞ്ഞു. ശിശുമരണനിരക്കും മാതൃമരണനിരക്കും ചുരുങ്ങി. ജീവിതഗുണനിലവാരം ഉയർന്നു. വികസിത രാജ്യങ്ങളോടു കിടപിടിക്കുന്ന നേട്ടങ്ങളുണ്ടായി കേരളത്തിൽ. ലോകത്തിനു മുന്നിൽ മനുഷ്യവികസന കേരള മാതൃക അങ്ങനെ ഉയർന്നുവന്നു.

സാമൂഹ്യനീതി പ്രദാനംചെയ്ത വാങ്ങൽശേഷി, വർദ്ധിച്ച നിക്ഷേപത്തിനും ഉല്പാദന വളർച്ചയ്ക്കും പ്രേരണയാകണം. അതാണ് വിപണി ശാസ്ത്രം. പക്ഷേ, ഇവിടെ അങ്ങനെ സംഭവിക്കുന്നില്ല. ഈ വിരോധാഭാസത്തിനും വിശദീകരണം വേണം. അതുമാത്രമല്ല സംഭവിക്കുന്നത്, മലയാളി എപ്പോഴും ആത്മാഭിമാനത്തോടെ പറയുന്ന സാമൂഹിക നീതി വെല്ലുവിളിക്കപ്പെടുകയാണ്. അസമത്വം വർദ്ധിക്കുകയാണ്. ഭൂപരിഷ്കരണം

ഇല്ലായ്മ ചെയ്ത പഴയ സമ്പന്നവർഗ്ഗത്തിന്റെ സ്ഥാനം പുതിയ സമ്പന്ന വർഗ്ഗം കൈക്കലാക്കുന്നു. കൃഷിയിലും കാർഷികമിച്ചത്തിന്റെ ചൂഷണത്തിലുമായിരുന്നു പഴയ ജന്മിത്തത്തിനു താല്പര്യം. ഭൂമി ഇന്ന് ഉല്പാദനോപാധി മാത്രമല്ല, വില്പനച്ചരക്കുകൂടിയാണ്. ചരക്കുവല്ക്കരിക്കപ്പെട്ടതോടെ, അതിന്റെ കൈമാറ്റത്തിൽ തല്പരരായ പുതിയ തരം ഉടമകളുണ്ടായി. കൃഷിഭൂമി മാത്രമല്ല ചരക്കുവല്ക്കരിക്കപ്പെട്ടത്. വിദ്യാഭ്യാസം, ആരോഗ്യം, വനങ്ങളുൾപ്പെടെ പ്രകൃതിവിഭവങ്ങൾ, റിയൽ എസ്റ്റേറ്റ്– അങ്ങനെയെല്ലാം കൈമാറ്റത്തിന്റെയും ലാഭചേതങ്ങളുടെയും ഉപകരണങ്ങളാക്കപ്പെട്ടു. അതോടെ വാങ്ങൽശേഷി കുറഞ്ഞവർ വെളിയിലായി.

## അസമത്വത്തിന്റെ ചിഹ്നവ്യവസ്ഥകൾ

വർദ്ധിക്കുന്ന അസമത്വത്തിന്റെ ചിഹ്നവ്യവസ്ഥകൾ കേരളത്തിൽ ഉടനീളം കാണാം. വിസ്തൃതമായ കൃഷിപ്പാടങ്ങളും ആനക്കൊട്ടിലുകളും നിറഞ്ഞകാലിത്തൊഴുത്തുകളുമായിരുന്നു ജന്മിത്തത്തിന്റെ ചിഹ്നങ്ങൾ. ആ സ്ഥിതി മാറി. പുതിയ ചിഹ്നങ്ങൾ ഉയർന്നു. വീതിയും നീളവുമുള്ള, റോഡു തിങ്ങി നീങ്ങുന്ന ആഢംബര വാഹനങ്ങൾ, പളപളപ്പിന്റെ പര്യായങ്ങളായ ആഭരണ–വസ്ത്രവ്യാപാര ശൃംഖലകൾ, പടുകൂറ്റൻ ആരോഗ്യ–വിദ്യാഭ്യാസ സ്ഥാപനങ്ങൾ, മണിമാളികകൾ, ടൂറിസ്റ്റ് റിസോർട്ടുകൾ, ആകാശംമുട്ടെ വളർന്ന ഫ്ളാറ്റ് സമുച്ചയങ്ങൾ – പതിവു വിസ്മയ കാഴ്ചകളാണിവ. ഇവ കൈയെത്തിപ്പിടിക്കാനുള്ള വെമ്പലിലാണ് സാധാരണക്കാരിലൊരു വിഭാഗം. അത് സൃഷ്ടിക്കുന്ന സാമൂഹിക–സാംസ്കാരിക പ്രശ്നങ്ങൾ അവരുടേതു മാത്രമല്ല സമൂഹത്തിന്റേതുകൂടിയായി മാറുകയാണ്. വർണ്ണപ്പകിട്ടുകൾക്കിടയിൽ ലക്ഷങ്ങളുടെ ദൈന്യമുഖങ്ങൾ കാണാതെ പോകുന്നു.

ശുദ്ധ സാമ്പത്തിക ശാസ്ത്രത്തിന്റെ അടിസ്ഥാനത്തിൽ വികസന സ്തംഭനാവസ്ഥ വിശദീകരിക്കപ്പെടുന്നില്ല. പണമില്ലാത്തതല്ല കേരളത്തിന്റെ പ്രശ്നം. പണം മൂലധനമായി മാറ്റപ്പെടുന്നില്ല എന്നതാണ്. ഉല്പാദന പ്രവർത്തനങ്ങളിൽ നിക്ഷേപിക്കാതെ സുരക്ഷിത ബാങ്കുനിക്ഷേപമായി സമ്പാദ്യം മാറ്റാനാണ് കേരളീയർ ഇഷ്ടപ്പെടുന്നത്. ബാങ്ക് നിക്ഷേപത്തിന്റെ കണക്കുനോക്കുക. 2001 ൽ കേരളത്തിലെ ബാങ്കുകളിലെ ആകെ നിക്ഷേപം 44,850 കോടി രൂപയായിരുന്നു. 2016 ൽ അത് 370412 കോടി രൂപയായി വർദ്ധിച്ചു. 726 ശതമാനം വർദ്ധന. നഷ്ട–ലാഭ സാദ്ധ്യതയുൾക്കൊള്ളുന്ന ഉല്പാദന നിക്ഷേപത്തേക്കാൾ മലയാളി സുരക്ഷിത നിക്ഷേപത്തിനു താല്പര്യപ്പെടുന്നു എന്നാണ് മനസ്സിലാക്കേണ്ടത്. അധിക ലാഭത്തേക്കാൾ ബാങ്ക് നിക്ഷേപം നിശ്ചിതവരുമാനം ഉറപ്പു നല്കുന്നു. അലങ്കാരമെന്നതിനേക്കാൾ സുരക്ഷിത നിക്ഷേപമായി സ്വർണ്ണം വാങ്ങിക്കൂട്ടുന്നതിനു പിന്നിലെ മനഃശാസ്ത്രവും മറ്റൊന്നല്ല. പുറമേ കാണിക്കപ്പെടുന്നതിനേക്കാൾ എത്രയോ സ്വർണ്ണം വീട്ടിനകത്തുണ്ടെന്നു പലപ്പോഴും

വെളിപ്പെടുത്തുന്നതു മോഷ്ടാക്കളാണ്. കൃഷി ചെയ്യാനല്ലെങ്കിലും ഭൂമി വാങ്ങുന്നതും താമസിക്കാനല്ലെങ്കിലും ഫ്ളാറ്റ് വാങ്ങുന്നതും (രാത്രിയിൽ വെളിച്ചമില്ലാത്ത ഫ്ളാറ്റുകളുടെ എണ്ണം നോക്കുക) സുരക്ഷിതത്വം മോഹിച്ചു മാത്രമല്ല, ഉയർന്ന കൈമാറ്റ വിലയും കരുതിയാണ്. സുരക്ഷിതത്വത്തോടുള്ള അഭിനിവേശം വിശദീകരണങ്ങളിൽ ഒന്നുമാത്രമാണ്.

ഭൂമിശാസ്ത്രപരമായി ഒരു കൊച്ചു സംസ്ഥാനമാണ് കേരളം. വിസ്തൃതമായ കൃഷിപ്പാടങ്ങളോ യഥേഷ്ടം ഉപയോഗിക്കാവുന്ന തരിശുഭൂമിയോ ഇല്ല. വീടുകളും സ്ഥാപനങ്ങളും ഭൂപ്രദേശമാകെ വ്യാപിച്ചു നില്ക്കുന്ന പ്രത്യേക ആവാസവ്യവസ്ഥ. ഒരു ചെറിയ റോഡിന്റെ വികസനം പോലും കുറേ കുടുംബങ്ങൾക്കു പ്രയാസമുണ്ടാക്കുന്നു. വൻതോതിൽ ഭൂമി ആവശ്യമായ വൻകിട വ്യവസായങ്ങളോ കാർഷിക-സംസ്കരണ സ്ഥാപനങ്ങളോ തന്മൂലം തടസ്സപ്പെടുന്നു. വ്യവസായ വികസനത്തിന് ആവശ്യമായ കല്ക്കരി, ഇരുമ്പയിര്, മാംഗനീസ്, ബോക്സൈറ്റ്, ക്രൂഡ് ഓയിൽ, പ്രകൃതിവാതകം, വൈദ്യുതി തുടങ്ങിയവയുടെ അഭാവവും ദൗർല്ലഭ്യവും മുറിച്ചുകടക്കാനാവാത്ത ഭൗതിക പരിമിതികളാണ്.

സാമ്പത്തിക വികസനത്തിൽ നിർണ്ണായകമാണ് സാമ്പത്തികേതര ഘടകങ്ങളുടെ പ്രത്യക്ഷവും പരോക്ഷവുമായ സ്വാധീനം. കാർഷിക സമൂഹത്തിന്റെ മൂല്യബോധമാണ് മലയാളിയുടെ മനസ്സിനെ ഭരിക്കുന്നത്. കാർഷിക സമൂഹം പൊതുവെ യാഥാസ്ഥിതികമാണ്. നല്ല വിള കിട്ടിയാൽ സംതൃപ്തരാകും. അതിരിട്ട മോഹങ്ങളേ കർഷകർക്കുള്ളു. നഷ്ടസാദ്ധ്യതകളെ അവധാനതയോടെയേ സമീപിക്കൂ. കാലാവസ്ഥയ്ക്കു വഴങ്ങുന്ന ശീലമാണ് കർഷകരുടേത്. വ്യവസായ സമൂഹം ഭിന്നമാണ്. നിലവിലുള്ളതു തുടരുന്നതിലെ സംതൃപ്തിയല്ല അവരെ നയിക്കുന്നത്. കൂടുതൽവളർച്ചയിലാണ് വ്യവസായ സമൂഹത്തിനു അഭിനിവേശം. ലാഭം അവരെ മത്തുപിടിപ്പിക്കുന്നു. ഒരുതരം മൃഗതൃഷ്ണയാണ് മുന്നോട്ട് നയിക്കുന്നത്. പരാജയം ഭൂരിപക്ഷത്തെയും പിന്മാറ്റുകയില്ല.

## കൃഷിയിൽനിന്ന് സേവനത്തിലേക്ക്

കൃഷിയിൽനിന്നു വ്യവസായത്തിലേക്കല്ല കേരളത്തിന്റെ ചുവടുമാറ്റം. മറിച്ച്, കാർഷിക മേഖലയിൽനിന്ന് സേവനമേഖലയിലേക്കാണ്. കാർഷികോല്പാദന ഘടനയിലും സമൂലമായ മാറ്റമുണ്ടായിട്ടുണ്ട്. ഭക്ഷ്യവിളകളുടെ സ്ഥാനം നാണ്യവിളകൾ കരസ്ഥമാക്കി. വിദേശവിപണിയായി ഉല്പാദനത്തിന്റെ ലക്ഷ്യം. റബ്ബർ, കശുവണ്ടി, ഏലം, കുരുമുളക്, കാപ്പി, തേയില തുടങ്ങിയവയുടെ കയറ്റുമതിയിൽ താല്പര്യമെടുത്ത ബ്രിട്ടീഷ് കച്ചവടക്കാരുടെ രംഗ പ്രവേശമാണ് ഭക്ഷ്യവിളകളിൽനിന്ന് നാണ്യവിളകളിലേക്കുള്ള ചുവടുമാറ്റത്തിന് പ്രേരണയായത്. 1960-61 ൽ 7.78 ലക്ഷം ഹെക്ടർ സ്ഥലത്ത് നെൽകൃഷി ഉണ്ടായിരുന്നു. 1.32 ലക്ഷം ഹെക്ടർ സ്ഥലത്ത് റബ്ബർകൃഷിയും. 2014-15 ൽ നെൽവയൽ വിസ്തീർണ്ണം 1.96 ലക്ഷം ഹെക്ട

റായി ചുരുങ്ങി. റബ്ബർ കൃഷി 5.50 ലക്ഷം ഹെക്ടറിലേക്ക് ഉയർന്നു. റബ്ബർകൃഷി മാത്രമല്ല വ്യാപിച്ചത്. മറ്റു നാണ്യവിളകളുടെ കൃഷിയും വർദ്ധിച്ചു. സങ്കീർണ്ണഫലങ്ങളാണ് വിളമാറ്റം സൃഷ്ടിച്ചത്. നാണ്യവിളക്കൃഷിക്കാരുടെ വരുമാനം ഉയർന്നു. പക്ഷേ, അവരുടെ വ്യാപാരമിച്ചം മൂലധനനിക്ഷേപമായി മാറിയില്ല. വരുമാനമുയർന്നെങ്കിലും വരുമാന സുസ്ഥിരത നഷ്ടമായി. അന്താരാഷ്ട്ര വിപണിയിലെ വിലനിലവാരമനുസരിച്ച് കേരളത്തിലെ കൃഷിക്കാരുടെ വരുമാനവും ചാഞ്ചാട്ടത്തിനു വിധേയമായി.

നെല്പാടങ്ങൾ വാണിജ്യവിളകൾക്കും കെട്ടിട നിർമ്മാണത്തിനും വകമാറ്റപ്പെട്ടതോടെ നെല്ലുല്പാദനം ഇടിഞ്ഞു. 1960–61 ൽ 10.68 ലക്ഷം ടൺ അരിയുല്പാദിപ്പിച്ച സംസ്ഥാനത്ത് 2014–15 ൽ അത് 5.49 ലക്ഷം ടണ്ണായി ചുരുങ്ങി. ഭക്ഷ്യധാന്യകൃഷിക്കാരുടെ വരുമാനം ഇടിഞ്ഞു. കർഷകത്തൊഴിലാളികൾക്കു തൊഴിൽ നഷ്ടമായി. അതോടെ ഒരു വിഭാഗം തൊഴിലാളികൾ ഗൾഫ് രാജ്യങ്ങളിലെ തൊഴിലന്വേഷണത്തിലേക്കു തിരിഞ്ഞു. മണ്ണും മനുഷ്യനും വെള്ളവും പക്ഷിമൃഗാദികളും തമ്മിൽ നിലനിന്ന ആരോഗ്യകരമായ ജൈവബന്ധം മുറിഞ്ഞു. കാലാവസ്ഥാചക്രം താളം തെറ്റി. വിളമാറ്റത്തിന്റെ ശേഷിപ്പുപത്രം ഇതാണ്. വ്യാപാരത്തിലൂടെ കൈവന്ന മിച്ചം മൂലധന നിക്ഷേപമായി മാറിയില്ല. മറിച്ച്, മിച്ചം ബാങ്ക് നിക്ഷേപത്തിന്റെയും ഉപഭോക്തൃ വസ്തുക്കളുടെയും രൂപങ്ങൾ കൈക്കൊണ്ടു.

കാലാവസ്ഥ മനുഷ്യരുടെ മനോവ്യാപാരത്തെ സ്വാധീനിക്കുമോ? യുദ്ധങ്ങൾ പ്രതിരോധ ശേഷി വളർത്തുമോ? വിശദമായ പഠനം നടത്തേണ്ട വിഷയങ്ങളാണ് രണ്ടും. അത്യുഷ്ണമോ അതി ശൈത്യമോ ഇല്ലാത്ത മിതമായ കാലാവസ്ഥയാണ് കേരളത്തിന്റേത്. കൊടും വരൾച്ചയും പേമാരിയും സാധാരണമല്ല. കാലാവസ്ഥാ വ്യതിയാനങ്ങളുമായി സമരസപ്പെട്ടുകഴിയുന്ന ജീവിതരീതിയാണ് കേരളീയർ പിന്തുടരുന്നത്. അതിനാൽ തന്നെ സ്ഥിതിഗതികളോടു പൊരുത്തപ്പെടുന്ന മാനസികാവസ്ഥയാണ് പൊതുവെ കേരളീയർക്ക്. കൊടും ശൈത്യമോ കടുത്ത വരൾച്ചയോ ഭിന്ന പ്രതികരണങ്ങൾ സൃഷ്ടിക്കുമായിരുന്നു എന്നു ചുരുക്കിപ്പറയാം. ഉത്തരേന്ത്യൻ ജനതയെപ്പോലെ നീണ്ടുനിന്ന യുദ്ധത്തിലേർപ്പെട്ട അനുഭവങ്ങളും കേരളീയർക്കില്ല. നാട്ടുരാജാക്കന്മാർ തമ്മിൽ ഒറ്റപ്പെട്ട ഏറ്റുമുട്ടലുകൾ ഉണ്ടായിട്ടുണ്ട്. പക്ഷേ, അവയിലെ ജനപങ്കാളിത്തം സംശയാസ്പദമാണ്. ബ്രിട്ടീഷ് സാമ്രാജ്യത്തോട് ഏറ്റുമുട്ടിയ ചരിത്രം മുഴുവൻ കേരളീയർക്കും അവകാശപ്പെടാനുമാവില്ല. മലബാർ മാത്രമായിരുന്നല്ലോ നേരിട്ടു ബ്രിട്ടീഷ് ഭരണത്തിൽ. ജന്മിത്വത്തോടും സാമ്രാജ്യത്വത്തോടും ഏറ്റുമുട്ടിയ അനുഭവം മലബാറിനുണ്ട്. എതിർക്കാനും പരാജയപ്പെടുത്താനുമുള്ള മനസ്സ് അങ്ങനെ രൂപപ്പെട്ടതാവാം.

വികസനചർച്ചകളിൽ കടന്നുവരാത്ത വിഷയമാണ് വിദ്യാഭ്യാസം. വിദ്യാഭ്യാസം ഒഴിച്ചുനിർത്തിയുള്ള വികസനചർച്ച അർത്ഥശൂന്യമാണ്. വിദ്യാഭ്യാസം ഉല്പാദനത്തിന്റെ സാങ്കേതിക വശം പരിശീലിപ്പിക്കുകയോ

പരിചയപ്പെടുത്തുകയോ ചെയ്യുന്നു. ഉല്പാദന വർദ്ധനയ്ക്ക് അതുകാരണമാകുന്നു. മറുവശം കാണാതിരുന്നുകൂടാ. വിദ്യാഭ്യാസം കായികാദ്ധ്വാനത്തോടു വിരക്തി ഉണ്ടാക്കുന്നില്ലെങ്കിലും ആഭിമുഖ്യം വളർത്തുന്നില്ല. മാനവിക വിഷയങ്ങളിലെ ബിരുദധാരികൾ മാത്രമല്ല, സാങ്കേതിക ബിരുദധാരികളും കായികാദ്ധ്വാനത്തോട് ആഭിമുഖ്യപ്പെടുന്നില്ല. ജീവിതത്തോട് ക്രിയാത്മക സമീപനം വളർത്താനോ അദ്ധ്വാനത്തോട് പ്രതിപത്തി വളർത്താനോ വിദ്യാഭ്യാസം പ്രയോജനപ്പെടുന്നില്ല.

ആഗോളവല്ക്കരണം വിയർക്കാതെ അപ്പം കഴിക്കുന്ന പുതിയൊരു വിഭാഗത്തെ മുൻനിരയിലേക്കുയർത്തിയിട്ടുണ്ട്. ആഗോളവല്ക്കരണത്തിന്റെ ഊന്നൽ ഉല്പാദനത്തിലല്ല, ഊഹവ്യാപാരത്തിലാണ്. ധന ഇടപാടുകളിലാണ്. എല്ലാത്തരം ധന ഇടപാടുകളെയും അത് നീതിവല്ക്കരിക്കുന്നു. ഓഹരികൾ, കടപ്പത്രങ്ങൾ, മണ്ണ്, മണൽ– അങ്ങനെ എന്തും. ആഗോളവല്ക്കരണം ഗ്രാമ–നഗര വ്യത്യാസമില്ലാതെ ഊഹവ്യാപാരികളുടെ ഒരു വൻനിര സൃഷ്ടിച്ചിട്ടുണ്ട്. ഏതു കുഗ്രാമത്തിലും കാണാം ഇടത്തട്ടുകാരുടെ വംശാവലി. സ്വന്തം നിലയ്ക്ക് ഇടപാട് നടത്തുന്നവരാകാം ചിലർ. ഭൂരിഭാഗവും ബിനാമികളാണ്. വൻകിടക്കാരുടെ ഏജന്റുമാരാണ്. ഒരു തുണ്ടു ഭൂമിയോ ഒരു ഫ്ളാറ്റോ ഒരു വർഷത്തിനകം പല കൈ മറിയും. കൈമാറ്റങ്ങളുടെ എണ്ണമനുസരിച്ച് അന്തിമ വിലയും ഉയരും., വൻ മുതൽമുടക്കുവേണ്ട, ലാഭം ഉറപ്പ്. സർക്കാർ സഹായം കൂടിയുണ്ടെങ്കിൽ കാര്യം എളുപ്പം. ഉല്പാദനാധിഷ്ഠിതമല്ലാത്ത കൊള്ള ലാഭസ്രോതസ്സുകളായ മദ്യക്കച്ചവടം, ലൈംഗികവൃത്തി, വിശ്വാസവ്യാപാരം, ആരോഗ്യ–വിദ്യാഭ്യാസ കച്ചവടം– ഇവയെല്ലാം ആഗോളവല്ക്കരണത്തിന്റെ തിരുശേഷിപ്പുകളാണ്. സാമ്പത്തികശേഷി ആർജ്ജിച്ചുവളരുന്ന ആ വിഭാഗം രാഷ്ട്രീയ ശക്തി സമാഹരിച്ച് കൂടുതൽ സമ്പന്നരാകുന്നു. ആഗോളവല്ക്കരണകാലത്തെ പുതിയ വികസനമാതൃകകളാണിത്. വികസനമാതൃകയെന്നല്ല. വികസന അമാതൃക എന്നാണ് വിളിക്കേണ്ടത്.

## സമസ്യയായി സാമ്പത്തിക വികസനം

വികസനത്തിനു വാർപ്പുമാതൃകകളില്ല. അനുകരണം അപ്രസക്തമാണ്. ഓരോ സംസ്ഥാനവും രാജ്യവും തനതായ ശൈലി സ്വീകരിക്കേണ്ടതുണ്ട്. ഭൂപ്രകൃതി, കാലാവസ്ഥ, മാനുഷിക–പ്രകൃതി വിഭവങ്ങൾ, പശ്ചാത്തല സൗകര്യങ്ങൾ, ചരിത്രപരവും സാംസ്കാരികവുമായ ഘടകങ്ങൾ തുടങ്ങിയവയുടെ കൂടിച്ചേരലുകളും മാറ്റങ്ങളുമാണ് സാമ്പത്തിക വളർച്ചയ്ക്ക് നിദാനം. കേരളത്തിനു തനതായ വികസന ശൈലി സാദ്ധ്യമാണ്. ഭൂപരിഷ്കരണവും വിദ്യാഭ്യാസ പരിഷ്കരണവും സാക്ഷരതാ പ്രസ്ഥാനവും അധികാര വികേന്ദ്രീകരണവും അതിനു മണ്ണൊരുക്കിയിട്ടുണ്ട്.

വൻകിട വ്യവസായങ്ങളിലൂന്നിയ വികസനം സാങ്കല്പികം മാത്രം.

കേന്ദ്രത്തിന്റെ മുൻകൈയിൽ 'മദർ വ്യവസായങ്ങൾ' തീർച്ചയായും ആവശ്യമാണ്. ചെറുകിട–ഇടത്തരം വ്യവസായങ്ങളാണ് അഭികാമ്യം. അഥവാ അവയ്ക്കുള്ള സാദ്ധ്യതയാണ് കൂടുതൽ. സാങ്കേതിക പരിജ്ഞാനമുള്ള തൊഴിൽ ശക്തിയുടെ സാന്നിദ്ധ്യവും പരിമിതമായ മൂലധന ഉപയോഗവും ചെറുകിട–ഇടത്തരം വ്യവസായ യൂണിറ്റുകളുടെ ശൃംഖല പ്രസക്തമാക്കുന്നു. സമാന്തരമായി കാർഷികോല്പാദനം ഉയർത്തുകയും പരമ്പരാഗതവ്യവസായങ്ങൾ നവീകരിച്ച് അവ മത്സരക്ഷമമാക്കുകയും വേണം. ഇവ സാക്ഷാൽക്കരിക്കപ്പെടണമെങ്കിൽ പശ്ചാത്തല സൗകര്യങ്ങൾ വികസിക്കണം. സർക്കാർ വേണം ആ ചുമതല നിർവ്വഹിക്കാൻ. നിക്ഷേപ സൗഹൃദ അന്തരീക്ഷമെന്നാൽ വിദേശ വൻകിട നിക്ഷേപ അന്തരീക്ഷം എന്നല്ല അർത്ഥമാക്കേണ്ടത്. സംസ്ഥാനത്തെ സ്വകാര്യ നിക്ഷേപം വളരണം. അന്യസംസ്ഥാനങ്ങളിൽനിന്നുള്ള നിക്ഷേപവും പ്രോത്സാഹിപ്പിക്കപ്പെടണം.

കേരളത്തിന്റെ വികസന ചർച്ചകളിൽ ചില ശൂന്യ ഇടങ്ങളുണ്ട്. ഐടിയും ടൂറിസവുമാണ് കേരളത്തിന്റെ മാർഗ്ഗം എന്ന് ആവർത്തിക്കുമ്പോൾ ആ മേഖലയുടെ പരിമിതവട്ടത്തിനുപുറത്തുള്ള ലക്ഷക്കണക്കിനു കൃഷിക്കാർ, കർഷകത്തൊഴിലാളികൾ, കൂലിപ്പണിക്കാർ, ദളിതർ, ആദിവാസികൾ, മറ്റു തൊഴിലന്വേഷകർ എന്നിവരുടെ തൊഴിൽ–വരുമാന പ്രശ്നങ്ങൾ അവഗണിക്കപ്പെടുകയാണ്. വികസനത്തിൽ ജില്ലകൾ തമ്മിൽ കടുത്ത അസമത്വമുണ്ട്. സംസ്ഥാന വരുമാനത്തിൽ വയനാട് ജില്ലയുടെ പങ്ക് കേവലം 1.92 ശതമാനമാണ്. 3.26 ശതമാനമാണ് കാസർഗോഡ് ജില്ലയുടേത്. ഇടുക്കിയുടേത് 3.43 ശതമാനവും പത്തനംതിട്ടയുടേത് 4.13 ശതമാനവും മാത്രമാണ്. ഗൾഫ് വരുമാനം ഏറ്റവും കൂടുതൽ എത്തുന്ന ജില്ലയാണ് പത്തനംതിട്ടയെങ്കിലും മൊത്തം വരുമാനവളർച്ചയിൽ പിന്നിലാണ്. സംസ്ഥാനത്തെ അധഃകൃത ജാതിക്കാരിൽ 13.29 ശതമാനം അധിവസിക്കുന്നത് പാലക്കാട് ജില്ലയിലാണ്. രണ്ടാം സ്ഥാനത്ത് തിരുവനന്തപുരമാണ്. അധഃകൃത വർഗ്ഗക്കാരിൽ ഏറ്റവും കൂടുതൽ താമസിക്കുന്നത് വയനാട്ടിലാണ്. സംസ്ഥാനത്തെ അധഃകൃതവർഗ്ഗക്കാരുടെ 31.24 ശതമാനവും വയനാട്ടിലാണ്. 11.51 ശതമാനം ഇടുക്കിയിലാണ്. 10.10 ശതമാനം പാലക്കാട്ടും, 10.08 ശതമാനം കാസർഗോഡുമാണ്. വികസനം അങ്ങേയറ്റം വിവേചനപരമാണെന്നാണ് തെളിയുന്നത്. അധഃകൃതജാതിക്കാരും അധഃകൃത വർഗ്ഗക്കാരും അധികമുള്ള ജില്ലകൾ വികസനകാര്യങ്ങളിൽ അവഗണിക്കപ്പെടുന്നു.

കേരളത്തിന്റെ സവിശേഷ പരിതസ്ഥിതി മുറിച്ചുകടക്കാനുള്ള മാർഗ്ഗം സംസ്ഥാന സർക്കാർ മുഖ്യ നിക്ഷേപകന്റെ ചുമതല ഏറ്റെടുക്കുകയാണ്. ദീർഘവീക്ഷണത്തോടെയുള്ള ധനപരമായ നടപടികൾ കൊണ്ടുമാത്രമേ അതു സാദ്ധ്യമാവൂ. സംസ്ഥാനത്തിന്റെ ധനസ്ഥിതി ദുർബ്ബലമാണ്. റവന്യൂ വരുമാനത്തേക്കാൾ ഉയർന്ന റവന്യൂ ചെലവ് റവന്യൂ കമ്മി വർദ്ധിപ്പിക്കുന്നു. കമ്മി നേരിടാൻ കൂടുതൽ കൂടുതൽ കടം വാങ്ങുന്നു. കട

ത്തിന്റെ നാമമാത്ര ഭാഗം മാത്രമേ മൂലധന നിക്ഷേപത്തിനായി മാറ്റപ്പെടുന്നുള്ളു. പദ്ധതി അടങ്കലും യഥാർത്ഥ ചെലവും തമ്മിൽ ഭീമമായ അന്തരമുണ്ട്.

ചില ഉദാഹരണങ്ങൾ: 2014–15 ൽ സർക്കാരിന്റെ പൊതുകടം 1,35,440 കോടി രൂപ ആയിരുന്നു. അതിൽ മൂലധന അടങ്കൽ (മൂലധന അടങ്കലും വായ്പകളും ചേർന്നതാണ് മൂലധനച്ചെലവ്) വെറും 5,063 കോടി രൂപയായിരുന്നു. സംസ്ഥാനത്തെ കൃഷി, വ്യവസായം, വൈദ്യുതി, വിദ്യാഭ്യാസം, ആരോഗ്യം, പൊതുമരാമത്ത് തുടങ്ങിയ മേഖലകളിൽ ഇത്രയുമായിരുന്നു മൂലധന നിക്ഷേപം എന്നർത്ഥം. അതായത് ആകെ പൊതുകടത്തിന്റെ 3.73 ശതമാനം. സംസ്ഥാന വരുമാനത്തിന്റെ അനുപാതമായി പ്രകടിപ്പിച്ചാലോ? പുതുക്കിയ എസ്റ്റിമേറ്റു പ്രകാരം 2014–15 ൽ സംസ്ഥാന വരുമാനം 4,96,886 കോടി രൂപയായിരുന്നു. മൂലധന അടങ്കൽ 1.01 ശതമാനം. സർക്കാരിന്റെ മൊത്തം ചെലവിന്റെ 5.3 ശതമാനം മാത്രമാണ് മൂലധന അടങ്കൽ. ഇത്ര കുറഞ്ഞ നിക്ഷേപംകൊണ്ട് സാമ്പത്തിക വളർച്ച സാദ്ധ്യമല്ലെന്ന് ഏതൊരാൾക്കും ബോദ്ധ്യമാവും.

# 2

# വികസനവും വളർച്ചയും

**സാ**മ്പത്തിക വളർച്ചയും സാമ്പത്തിക വികസനവും ഒന്നല്ല. രണ്ടും തമ്മിൽ ബന്ധമുണ്ട്. പക്ഷേ, രണ്ടാണ്. കേവലമായ ദേശീയവരുമാന വർദ്ധനയാണ് സാമ്പത്തിക വളർച്ച. തീർച്ചയായും ദേശീയവരുമാനവളർച്ച പ്രധാനമാണ്. എന്നാൽ, ജീവിത ഗുണനിലവാരമുയർത്താൻ അതു സഹായകമല്ല.

വികസനം സാമ്പത്തികമാണ്. അതേസമയം സാമൂഹികവും സാംസ്കാരികവുമാണ്. ജനങ്ങളുടെ സർവ്വതോമുഖമായ പുരോഗതിയാണ് സാമ്പത്തിക വികസനം. കുറേ ആഡംബരകാറുകളോ മണിമാളികകളോ സൃഷ്ടിച്ചാൽ ദേശീയ വരുമാനം ഉയരും. അതു സാധാരണക്കാരുടെ ജീവിതത്തിൽ യാതൊരു മാറ്റവും വരുത്തുകയില്ല. സാധാരണക്കാരുടെ ജീവിതം മെച്ചപ്പെടണമെങ്കിൽ സാധനങ്ങളും സേവനങ്ങളും സ്വായത്തമാക്കാൻ പ്രാപ്തി കൈവരണം. അതിനു തൊഴിലും വരുമാനവും വേണം. തൊഴിൽ വർദ്ധനയും വരുമാന വളർച്ചയും വികസനമാണ്. ഉല്പാദനോപാധികൾ ന്യൂനപക്ഷം കൈപ്പടിയിലൊതുക്കിയാൽ, അവർക്കേ വരുമാനമുണ്ടാകൂ. അതുകൊണ്ട് സ്വത്തിന്റെയും വരുമാനത്തിന്റെയും വിതരണം വികസനത്തിന്റെ അടിസ്ഥാനമാണ്. മറ്റൊരു രീതിയിൽ പറഞ്ഞാൽ സാമൂഹിക നീതിയാണ് വികസനത്തിന്റെ ആണിക്കല്ല്.

സ്വത്തിലും വരുമാനത്തിലും കടുത്ത അന്തരമുള്ള ഒരു സമൂഹത്തിൽ സാധാരണക്കാർക്കുവേണ്ട ഉപഭോഗവസ്തുക്കളല്ല ഉല്പാദിപ്പിക്കപ്പെടുക. ആഢംബര പ്രധാനങ്ങളായ വസ്തുക്കളാകും സ്വാഭാവികമായി ഉല്പാദിപ്പിക്കപ്പെടുക. കാരണം അവർക്കാണ് വാങ്ങൽക്കഴിവുള്ളത്. മറിച്ചു സംഭവിക്കണമെങ്കിൽ സ്വത്തും വരുമാനവും നീതിയുക്തമായി വിതരണം ചെയ്യപ്പെടണം. വീണ്ടും സാമൂഹ്യനീതി പ്രധാന പ്രശ്നമായി മാറുന്നു.

ദേശീയ വരുമാന വളർച്ച തൊഴിലവസരങ്ങൾ സൃഷ്ടിക്കില്ലേ എന്നു ചോദിക്കാം. വൻകിട ഉല്പാദകർ, വൻതോതിൽ നടത്തുന്ന ഉല്പാദന പ്രവർത്തനത്തിന് കൂടുതൽ മൂലധനവും താരതമ്യേന കുറഞ്ഞ അളവിൽ തൊഴിൽ ശക്തിയുമേ ഉപയോഗിക്കപ്പെടൂ. ദേശീയവരുമാന വളർച്ചയും തൊഴിൽ ലഭ്യതയും തമ്മിൽ നേരിട്ടു ബന്ധമില്ല. ഇന്ത്യയുടെ അനുഭവം മറിച്ചല്ല. 1999–2000 മുതൽ 2004–05 വരെ സാമ്പത്തിക വളർച്ച നിരക്കു കുറവായിരുന്നു. 5.99 കോടി പുതിയ തൊഴിലവസരങ്ങൾ അക്കാലത്ത് സൃഷ്ടിക്കപ്പെട്ടു. താരതമ്യേന ഉയർന്ന വളർച്ചാ നിരക്കു നേടിയ 2004–05 മുതൽ 2009–10 വരെ പുതുതായി സൃഷ്ടിക്കപ്പെട്ടത് 1.1 കോടി തൊഴിലവസരങ്ങൾ മാത്രം. ഇതിനൊരു ഗുണപാഠമുണ്ട്. ദേശീയ വരുമാന വർദ്ധന കൊണ്ട് തൊഴിലവസരങ്ങൾ ഉണ്ടാവുകയില്ല. അതിന് മനഃപൂർവ്വമായ പരിപാടികളും പദ്ധതികളും വേണം. ഇന്ത്യയിൽത്തന്നെ ദേശീയ ഗ്രാമീണ തൊഴിൽ പദ്ധതിയും മഹാത്മാഗാന്ധി ദേശീയ ഗ്രാമീണ തൊഴിലുറപ്പു പദ്ധതിയും അങ്ങനെ രൂപംകൊണ്ടവയാണ്.

എല്ലാവർക്കും പോഷകാഹാരം, നല്ല വീടുകൾ, വസ്ത്രങ്ങൾ, ശുദ്ധ വായു, ശുദ്ധജലം, ഗുണമേന്മയുള്ള വിദ്യാഭ്യാസം, ചികിത്സാ സൗകര്യം, സന്തുലിത പരിസ്ഥിതി, ജനാധിപത്യാവകാശങ്ങൾ, സർവ്വോപരി മനുഷ്യർ തമ്മിൽ സൗഹാർദ്ദപരമായ ഇടപെടൽ. ഇവയെല്ലാം ചേർന്നതാണ് സാമ്പത്തിക വികസനം

വിവിധ ജാതിമതസ്ഥർ അധിവസിക്കുന്ന സമൂഹത്തിൽ മതപരമായ വെറുപ്പും സംശയങ്ങളും വളർന്നാൽ വികസനം അപ്രസക്തമാകും. കഴിച്ചുകൊണ്ടിരുന്ന ഭക്ഷണം പൂർത്തിയാക്കാൻ കഴിഞ്ഞില്ലെങ്കിൽ, സ്വസ്ഥമായി വീട്ടിൽ ഉറങ്ങാൻ കഴിഞ്ഞില്ലെങ്കിൽ, തെരുവിലൂടെ ഭയരഹിതമായി നടക്കാൻ കഴിഞ്ഞില്ലെങ്കിൽ, സ്വതന്ത്രമായി അഭിപ്രായപ്രകടനം നടത്താൻ കഴിഞ്ഞില്ലെങ്കിൽ, എത്ര സുഖസൗകര്യങ്ങൾ കൈവന്നാലും സാമ്പത്തിക വികസനവും വളർച്ചയും അർത്ഥശൂന്യമായി മാറും. സ്ത്രീകൾ നിരന്തരം പീഡനത്തിനു വിധേയമാക്കപ്പെടുന്ന സമൂഹത്തിൽ വികസനം അർത്ഥമില്ലാത്ത വാക്കാണ്. വികസനത്തിന്റെ ഭാഗമാണ് ജനാധിപത്യ സ്വാതന്ത്ര്യവും മതനിരപേക്ഷതയും. വർഗ്ഗീയതയും വികസനവും റെയിൽ പാളങ്ങൾ കണക്കെ സമാന്തരങ്ങളാണ്. ജാതിക്കും മതത്തിനും അതീതമായ ഉയർന്ന സാംസ്കാരിക ബോധം വികസനത്തിന്റെ അനുബന്ധമല്ല. ആകത്തുകയാണ്. സാധാരണക്കാർപോലും ഉയർന്ന കലാരൂപങ്ങൾ ആസ്വദിക്കുന്ന തലത്തിലേക്കു ഉയരുമ്പോഴാണ് സാമ്പത്തിക വികസനം പൂർണ്ണത പ്രാപിക്കുന്നത്.

തൊഴിൽ മാത്രമല്ല, ജീവിക്കാനുതകുന്ന കൂലിയും വികസന പ്രശ്നമാണ്. വിലക്കയറ്റവും പൊതുവിതരണ സമ്പ്രദായവും ക്ഷേമപെൻഷനുകളും വികസനത്തിന്റെ ഭാഗങ്ങൾ തന്നെ. വേതനത്തേക്കാൾ ഉയർന്ന വേഗതയിൽ വിലകൾ വർദ്ധിച്ചാൽ വേതനവർദ്ധനകൊണ്ടു ഫലമില്ലെന്നാകും.

കൂടിയ വിലയ്ക്ക് കുറച്ചുമാത്രം സാധനങ്ങളും സേവനങ്ങളുമേ കിട്ടൂ. യഥാർത്ഥ വരുമാനമിടിയും. ജീവിതം ദുസ്സഹമാകും. ദരിദ്രീകരണം ശക്തിപ്പെടും. സർക്കാർ ഇടപെടലും അതിനു വേണ്ടിയുള്ള ജനകീയ പ്രക്ഷോഭങ്ങളും വികസന പ്രവർത്തനങ്ങളാണ്.

പരിസ്ഥിതി സംരക്ഷണവും നെൽവയൽ – നീർത്തട സംരക്ഷണവും അവയ്ക്കുവേണ്ടിയുള്ള ജനകീയ പ്രക്ഷോഭങ്ങളും വികസനപ്രവർത്തനങ്ങളാണ്. പരിസ്ഥിതി സന്തുലനത്തിനും ഭൂമിയുടെ ജല വിതാനം നിലനിർത്തുന്നതിനും മൃഗസംരക്ഷണത്തിനും ഭക്ഷ്യോല്പാദന വർദ്ധനയ്ക്കും നെൽവയൽ സംരക്ഷണം അനുപേക്ഷണീയമാണ്. ഭൂമിയും വനങ്ങളും വയലുകളും കുന്നുകളും തടാകങ്ങളും തണ്ണീർത്തടങ്ങളും വെട്ടിപ്പിടിക്കാൻ നടക്കുന്ന പ്രവർത്തനങ്ങൾക്കെതിരായ സമരങ്ങൾ വികസന പ്രവർത്തനം മാത്രമല്ല, സമൂഹത്തിൽ നിരന്തരം നടക്കുന്ന വർഗ്ഗസമരത്തിന്റെ ഭാഗം കൂടിയാണ്.

ആരോഗ്യത്തിന്റെയും വിദ്യാഭ്യാസത്തിന്റെയും ജനകീയവല്ക്കരണം ഇന്ന് മുഖ്യവികസന പ്രശ്നമാണ്. സാധാരണക്കാർക്ക് കുറഞ്ഞ ചെലവിൽ വിദ്യാഭ്യാസ അവസരങ്ങളും കുറഞ്ഞ ചെലവിൽ ചികിത്സാ സൗകര്യങ്ങളും ലഭിക്കുകയാണ് ജനകീയവല്ക്കരണംകൊണ്ട് ഉദ്ദേശിക്കുന്നത്. എന്നാൽ ഇന്ന് അവ രണ്ടും ബാലികേറാമലകളാണ്. വിദ്യാഭ്യാസവും ചികിത്സാ സൗകര്യവും കൂടുതൽ കൂടുതൽ പരിമിതപ്പെടുകയാണ്. കച്ചവടതാല്പര്യമാണ് രണ്ടുരംഗങ്ങളും ഭരിക്കുന്നത്. പണമുള്ളവർക്കുമാത്രം പ്രവേശിക്കാവുന്ന ഇടങ്ങളാണവ. നവഉദാരവല്ക്കരണ നയമാണ് അതിനുകളമൊരുക്കുന്നത്. നവ ഉദാരവല്ക്കരണവും വികസനവും ഒന്നിച്ചുപോവുകയില്ല. വൻകിടക്കാരെ സഹായിക്കാനാണ് നവ ഉദാരവല്ക്കരണം. അത് സാധാരണക്കാർക്ക് എതിരാണ്. അതുകൊണ്ടാണ് വികസന ചർച്ചകളിൽ നവ ഉദാരവല്ക്കരണത്തിനെതിരായ നിലപാടുകൾ ഇടം പിടിക്കുന്നത്.

കേരളത്തിന്റെ കാർഷികമേഖലയിൽ നാണ്യവിളകൾ സുപ്രധാന പങ്കുവഹിക്കുന്നു. റബ്ബർ, കുരുമുളക്, ഏലം, തേയില, കാപ്പി തുടങ്ങിയവയുടെ ഉല്പാദനവും വിപണനവുമായി ബന്ധപ്പെട്ട് ലക്ഷക്കണക്കിനാളുകൾ ഉപജീവനം തേടുന്നു. നാണ്യവിളകളുടെ വിലത്തകർച്ച മുഖ്യ പ്രശ്നമാണ്. അതിനുള്ള ഒരു കാരണം വ്യാപാര കരാറുകളാണ്. വ്യാപാര കരാറുകൾ നിഷിദ്ധങ്ങളല്ല. എല്ലാ രാജ്യങ്ങളും വ്യാപാരകരാറുകളിൽ ഏർപ്പെടുന്നുണ്ട്. അതതു രാജ്യങ്ങളിലെ ജനങ്ങളുടെ താല്പര്യങ്ങൾ മുൻനിർത്തിയാണ് കരാറുകളിലേർപ്പെടുന്നത് കൃഷിക്കാരുടെ താലപര്യങ്ങളേക്കാൾ വ്യവസായികളുടെ താല്പര്യങ്ങൾക്കു മുൻഗണന നല്കിയതാണ് ആസിയൻ കരാർ കേരളത്തിനു വിനാശകരമാകാൻ കാരണം. വ്യാപാരക്കരാറുകൾ വികസന പ്രശ്നങ്ങളാണ്.

തൊഴിലുള്ളവരിൽ 90 ശതമാനം പണിയെടുക്കുന്നത് അസംഘടിത

മേഖലയിലാണ്. അവർക്ക് സ്ഥിരമായ ജോലിയോ ന്യായമായ കൂലിയോ ഇല്ല. അവരുടെ ജീവിത സുരക്ഷ ഉറപ്പുവരുത്തുക പ്രധാനമാണ്.

സാമ്പത്തിക വളർച്ചയോ സാമൂഹ്യനീതിയോ ആദ്യം കൈവരിക്കേണ്ടത്? രണ്ടും എന്നത് വ്യക്തതയില്ലാത്ത ഉത്തരമാണ്. ഉല്പാദനോപാധികളുടെ ഉടമസ്ഥത സാമൂഹ്യ നീതിയുടെ മാത്രം പ്രശ്നമല്ല. ഉല്പാദന പ്രതിസന്ധിയുടെ പ്രശ്നമാണ്. സാമ്പത്തിക വളർച്ചയുടെയും പ്രശ്നമാണ്. ഏതെങ്കിലും കാരണവശാൽ നിക്ഷേപം വർദ്ധിക്കുകയും ഉല്പാദനം ഉയരുകയും ചെയ്തു എന്നു കരുതുക. വാങ്ങപ്പെടുകയില്ലെങ്കിൽ വില്ക്കപ്പെടുകയില്ല. ഉല്പാദനം തുടങ്ങിയിടത്തേക്കു തന്നെ തിരിച്ചുപോകും. ജനങ്ങൾ കൂടുതൽ ദരിദ്രരാകും എന്നു ചുരുക്കിപ്പറയാം. ഉല്പാദനത്തിനു പ്രേരണ ഉപഭോഗമാണ് എന്ന ലഘുസമവാക്യത്തിലേക്കാണ് എത്തിച്ചേരുന്നത്. ഉപഭോഗത്തിന് അടിസ്ഥാനം തൊഴിലും വാങ്ങൽ ശേഷിയുമാണ്. അറ്റം അടച്ചുകെട്ടിയ ഉത്തരമല്ല അത്. മുഖ്യചോദ്യം നിക്ഷേപം കൂടാതെ തൊഴിൽ വർദ്ധിക്കുന്നതെങ്ങനെ എന്നുതന്നെ.

കൂടുതൽ വ്യക്തതയ്ക്കു വേണ്ടി ഇന്ത്യയുടെ സാമ്പത്തിക വികസനത്തിന്റെ പ്രശ്നമെടുക്കാം. രാജ്യത്തെ മൊത്തം ഉല്പാദനശേഷിയിൽ 28 ശതമാനം വിനിയോഗിക്കപ്പെടുന്നില്ല. നിർജ്ജീവമായി തുടരുന്നു. വാങ്ങൽക്കഴിവിന്റെ അഭാവമാണ് കാരണം. സ്ഥിര മൂലധന രൂപീകരണ നിരക്ക് സാമ്പത്തികവളർച്ചയുടെ കാരണവും അളവുകോലുമാണ്. ഇന്ത്യയിൽ സ്ഥിര മൂലധന രൂപീകരണനിരക്ക് കഴിഞ്ഞവർഷം ദേശീയ വരുമാനത്തിന്റെ 31.1 ശതമാനമായിരുന്നു. ഇക്കൊല്ലമത് 29.2 ശതമാനമായി ഇടിഞ്ഞു. സ്വകാര്യമൂലധന നിക്ഷേപത്തിലെ കുറവാണ് കാരണം. വില്പനയിലും ലാഭത്തിലും ഊന്നിയ സാമ്പത്തിക വ്യവസ്ഥയിൽ വാങ്ങൽ ശേഷി നിർണ്ണായകമാണ്. വാങ്ങൽ ശേഷിയുടെ ശോഷിപ്പിനുകാരണം അനുദിനം മൂർച്ഛിക്കുന്ന സാമ്പത്തികാസമത്വവും.

പ്രമുഖ പഠന ഗവേഷണ പ്രസ്ഥാനമായ ഓക്സ്ഫാമിന്റെ റിപ്പോർട്ട് പ്രകാരം, (ജനുവരി 16, 2017) രാജ്യത്തെ സമ്പത്തിന്റെ 58 ശതമാനം ഒരു ശതമാനം പേർ കൈയടക്കി അനുഭവിക്കുന്നു. താഴെത്തട്ടിലെ 70 ശതമാനം പേരുടെ ആകെ സമ്പത്തിന്റെ അത്രവരും 57 ശതകോടീശ്വരന്മാരുടെ ആസ്തി. ക്രെഡിറ്റ് സൂയിസിന്റെയും ഫോർബ്സിന്റെയും പഠനങ്ങൾ ഓക്സ്ഫാം നിഗമനങ്ങളെ ശരിവെക്കുന്നു. ലോകത്ത് ഏറ്റവും ഉയർന്ന അസമത്വമുള്ള രാജ്യങ്ങളുടെ പട്ടികയിൽ ഇന്ത്യ രണ്ടാം സ്ഥാനത്താണെന്ന് ക്രെഡിറ്റ് സൂയിസ് റിസർച്ച് ഇൻസ്റ്റിറ്റ്യൂട്ട് (നവം. 22, 2016) വ്യക്തമാക്കുന്നു. സമ്പത്തിന്റെ 80.7 ശതമാനം ഏറ്റവും മുകൾത്തട്ടിലെ 10 ശതമാനത്തിന്റെ കൈകളിലാണ്.

കൃഷിയും അനുബന്ധ തൊഴിലുകളുമാണ് രാജ്യത്തെ ഭൂരിപക്ഷം ജനങ്ങളുടെയും ഉപജീവനമാർഗ്ഗം. 2011 ലെ കാർഷിക സെൻസസും 2015 ലെ സാമൂഹിക-സാമ്പത്തിക-ജാതിസെൻസസും കാർഷികമേഖലയുടെ അവസ്ഥ വ്യക്തമാക്കുന്നുണ്ട്.

| | | |
|---|---|---|
| 1. | തൊഴിലുള്ളവർ | 48.10 കോടി |
| 2. | കാർഷികമേഖലയിൽ പണിയെടുക്കുന്നവർ | 26.30 കോടി (54.68%) |
| 3. | കൃഷിക്കാർ | 11.87 കോടി (45.1%) |
| 4. | കർഷകത്തൊഴിലാളികൾ | 14.43 കോടി (54.9%) |
| 5. | ആകെ ഗ്രാമീണ ജനസംഖ്യ | 83.37 കോടി (68.9%) |
| 6. | ഗ്രാമീണ ജനസംഖ്യയിൽ ഭൂരഹിതർ | 56 ശതമാനം |
| 7. | പട്ടികജാതിക്കാരായ ഭൂരഹിതർ | 70 ശതമാനം |
| 8. | പട്ടികവർഗ്ഗക്കാരായ ഭൂരഹിതർ | 50 ശതമാനം |

കൃഷിക്കാർക്കും കർഷകത്തൊഴിലാളികൾക്കും ഭൂമിയും അതിന്റെ ഉടമസ്ഥതയും പരമപ്രധാനമാണ്. അവരുടെ നിത്യജീവിതം ഭൂമിയിലെ അദ്ധ്വാനവുമായി ബന്ധപ്പെട്ടിരിക്കുന്നു. മൊത്തം തൊഴിലുള്ളവരിൽ 55 ശതമാനം ഭൂമിയിൽ പണിയെടുക്കുന്നവരാണ്. ഭൂപരിഷ്കരണം അവരുടെ ജീവിതം മാറ്റി മറിക്കും. കൃഷിയിൽനിന്നു കിട്ടുന്ന വരുമാനം വാങ്ങൽ ശേഷി വളർത്തി സാമ്പത്തിക വികസനം ത്വരിതപ്പെടുത്തും. എന്നാൽ ഭൂമിയുടെ വിതരണഘടന അങ്ങേയറ്റം അസന്തുലിതമാണ്. താഴെ പട്ടിക കാണുക.

**കൃഷിയിടങ്ങളും ഉടമസ്ഥതയും**

| വിഭാഗം (ഹെക്ടർ) | കൃഷിയിടങ്ങൾ എണ്ണം (ദശലക്ഷം) | കൈവശഭൂമി (ദശലക്ഷം ഹെക്ടർ) | കൃഷിയിടങ്ങൾ (ശതമാനം) | കൈവശ ഭൂമി (ശതമാനം) |
|---|---|---|---|---|
| നാമമാത്ര കൃഷിക്കാർ (1 ഹെക്ടറിൽ താഴെ) | 71.12 | 28.12 | 61.58 | 17.22 |
| ചെറുകിട കൃഷിക്കാർ (1–2ഹെക്ടർ) | 21.64 | 30.72 | 18.73 | 18.81 |
| അർദ്ധ ഇടത്തരം കൃഷിക്കാർ (2–4 ഹെക്ടർ) | 14.26 | 38.95 | 12.34 | 23.85 |

| | | | | |
|---|---|---|---|---|
| ഇടത്തരം കൃഷിക്കാർ (4–10 ഹെക്ടർ) | 7.09 | 1.40 | 6.14 | 25.34 |
| വൻകിട കൃഷിക്കാർ (10 ഹെക്ടറിലധികം) | 1.40 | 24.16 | 1.21 | 14.79 |

നിർവ്വചനമനുസരിച്ച് നാമമാത്ര കൃഷിക്കാർ ഒരു ഹെക്ടറിൽ താഴെ ഭൂമിയുള്ളവരാണ്. എല്ലാവർക്കും ഒരു ഹെക്ടർ ഭൂമി കൈവശമുണ്ട് എന്നല്ല അർത്ഥം. അര സെന്റും ഒരു സെന്റും രണ്ടുസെന്റും ഭൂമിയുള്ളവർ നാമമാത്രകൃഷിക്കാരുടെ പട്ടികയിലാണ്. നാമമാത്രകൃഷിക്കാരിൽ 70 ശതമാനവും അര ഹെക്ടറിൽ താഴെ മാത്രം ഭൂമിക്കു ഉടമകളാണെന്നു കാർഷിക സെൻസസ് വ്യക്തമാക്കുന്നു.

നാമമാത്ര കൃഷിക്കാരും ചെറുകിട കൃഷിക്കാരും ചേർന്നാൽ ആകെ കൃഷിക്കാരുടെ 80.31 ശതമാനമായി. കൈവശം വെക്കുന്നതാകട്ടെ 36.03 ശതമാനം കൃഷിഭൂമി മാത്രം. വൻകിട കൃഷിക്കാർ 1.21 ശതമാനമാണ്. എന്നാൽ കൈവശം വെച്ച് അനുഭവിക്കുന്നത് ആകെ കൃഷിഭൂമിയുടെ 14.79 ശതമാനവും. അതിതീവ്രമായ അസമത്വമാണ് ഭൂവുടമസ്ഥതയുടെ കാര്യത്തിൽ നിലവിലുള്ളത്. ഇന്ത്യയിലെ ദാരിദ്ര്യത്തിന്റെ അടിസ്ഥാന കാരണവും അതുതന്നെ. തുണ്ടുഭൂമിയിൽനിന്ന് ആവശ്യത്തിനു ഭക്ഷ്യധാന്യമോ പഴവർഗ്ഗങ്ങളോ പച്ചക്കറികളോ ഉല്പാദിപ്പിക്കാൻ കഴിയുന്നില്ല. അത്ര ചെറുതാണ് കൈവശഭൂമി. ഉല്പാദന ക്ഷമതയും കുറവാണ്. മെച്ചപ്പെട്ട കൃഷിരീതികൾ അവലംബിക്കാനുള്ള സാമ്പത്തികവുമില്ല. നാമമാത്ര കൃഷിക്കാരും ചെറുകിട കൃഷിക്കാരും ജീവിതം നിലനിർത്താൻ സ്വന്തം കൃഷി ഭൂമിയിലെ അദ്ധ്വാനത്തിനു പുറമെ ജന്മികളുടെ കൃഷിപ്പാടങ്ങളിൽ അദ്ധ്വാനിക്കാൻ നിർബന്ധിതമാകുന്നു. അതല്ലെങ്കിൽ മറ്റെന്തെങ്കിലും തൊഴിൽ ചെയ്യാൻ നിർബ്ബന്ധിക്കപ്പെടുന്നു.

ഇടത്തരം കൃഷിക്കാരും വൻകിട കൃഷിക്കാരും ആകെ കൃഷിക്കാരുടെ 7.35 ശതമാനമേ വരൂ എങ്കിലും 40.13 ശതമാനം കൃഷിഭൂമിക്കു ഉടമകളാണ്. വൻകിട കൃഷിക്കാർ മാത്രം 14.79 ശതമാനം ഭൂമി കൈവശം വെക്കുന്നു. 10 ഹെക്ടറിനു മുകളിൽ ഭൂമിയുള്ളവരാണ് വൻകിട കൃഷിക്കാർ.

ഭൂവുടമസ്ഥതയിലെ കൊടിയ അന്തരം ദാരിദ്ര്യത്തിനു കാരണവും ഭൂപരിഷ്കരണം സാമ്പത്തികവളർച്ചയ്ക്കു അടിസ്ഥാനവുമാണ്. ഭൂപരിഷ്കരണം നാമമാത്രകൃഷിക്കാരെയും കർഷകത്തൊഴിലാളികളെയും ദളിതരെയും ആദിവാസികളെയും ഭൂമിക്കു അവകാശികളാക്കുന്നു. കൃഷി അവർക്കു തൊഴിൽ ഉറപ്പാക്കുന്നു. ഉല്പാദനം ഭക്ഷ്യാവശ്യങ്ങൾ നിറവേറ്റുന്നു. ഭക്ഷ്യാവശ്യം കഴിച്ച് അവശേഷിക്കുന്ന ഭാഗം വില്ക്കപ്പെടുന്നതി

ലൂടെ വരുമാനം കൈവരുത്തുന്നു. വരുമാനം കാർഷികേതര ഉല്പന്നങ്ങൾക്കും സേവനങ്ങൾക്കുമുള്ള ആവശ്യം നിറവേറ്റും. കാർഷികേതര ഉല്പന്നങ്ങൾക്കും സേവനങ്ങൾക്കും ആവശ്യം വർദ്ധിക്കുമ്പോൾ ആ മേഖലകളിലെ നിക്ഷേപം ലാഭകരമാവും. ഉല്പാദനം വർദ്ധിക്കും. സാമ്പത്തിക വളർച്ചയുടെ അടിസ്ഥാനം ഭൂപരിഷ്കരണമാണ്. കേവലമായ വ്യവസായ നിക്ഷേപവർദ്ധന കൊണ്ടുമാത്രം വ്യവസായവല്ക്കരണം സംഭവിക്കുന്നില്ല.

വ്യവസായശാലകൾ കേന്ദ്രീകരിച്ചു വികസിക്കുന്ന നഗരങ്ങളിലെ തൊഴിലാളികളുടെ ഭക്ഷണാവശ്യം നിറവേറ്റാൻ കാർഷിക ഉല്പാദന വളർച്ച അനുപേക്ഷണീയമാണ്. വ്യവസായങ്ങൾക്കുള്ള അസംസ്കൃത പദാർത്ഥങ്ങൾക്കും കാർഷികോല്പാദനം നടക്കണം.

ചുരുക്കത്തിൽ സാമ്പത്തികവളർച്ച ഉല്പാദനത്തിന്റെ പ്രാമുഖ്യത്തിൽ ഊന്നുമ്പോൾ സാമ്പത്തിക വികസനം സാമൂഹ്യനീതിയിലും തൊഴിൽ വർദ്ധനയിലും വരുമാന വളർച്ചയിലും ഉല്പാദന ഘടനയിലെ മാറ്റത്തിലും വില നിയന്ത്രണത്തിലും മതനിരപേക്ഷതയിലും ഊന്നുന്നു.

# 3

# രണ്ടു ബഡ്ജറ്റുകൾ രണ്ടു സമീപനങ്ങൾ

നയസമീപനത്തിന്റെ കണ്ണാടിയാണ് ബഡ്ജറ്റുകൾ. സമീപനം ഭിന്നമായതിനാൽ ബഡ്ജറ്റുകൾ വ്യത്യസ്തമായിരിക്കുന്നു. 2017–18 ലെ കേന്ദ്ര–സംസ്ഥാന ബഡ്ജറ്റുകൾ നല്ല ഉദാഹരണങ്ങളാണ്.

ഏതൊരു ബഡ്ജറ്റും അടിയന്തരപ്രാധാന്യമുള്ള പ്രശ്നങ്ങൾ പരിഹരിക്കാൻ ഉതകണം. ദീർഘകാല വികസനത്തിനു അടിത്തറ പാകുന്നതുമാകണം. അങ്ങനെ നോക്കുമ്പോൾ ഇന്ത്യ ചില അടിസ്ഥാന പ്രശ്നങ്ങൾ നേരിടുന്നുണ്ട്.

1. ജനങ്ങളുടെ തൊഴിലില്ലായ്മയും ദാരിദ്ര്യവുംമൂലം രാജ്യത്തെ മൊത്തം ഉല്പാദനശേഷിയുടെ 28 ശതമാനം നിർജ്ജീവമായി തുടരുന്നു. ജനങ്ങൾക്ക് തൊഴിലും വരുമാനവും ബഡ്ജറ്റ് ഉറപ്പാക്കണം.
2. ആഗോള സാമ്പത്തിക പ്രതിസന്ധിമൂലം കയറ്റുമതി സാദ്ധ്യത മങ്ങുകയാണ്. ആഭ്യന്തര വിപണിയുടെ വിപുലീകരണത്തിൽ ബഡ്ജറ്റ് ഊന്നണം.
3. അമേരിക്ക പലിശ നിരക്കു ഉയർത്തുമ്പോൾ ഇന്ത്യൻ ഓഹരി കമ്പോളത്തിൽനിന്ന് തിരിച്ചൊഴുക്കുണ്ടാകുമെന്ന വസ്തുത പരിഗണിച്ച് വിദേശ നിക്ഷേപത്തിന്മേലുള്ള ആശ്രിതത്വം കുറയ്ക്കണം.
4. ഒപ്പെക്ക് രാജ്യങ്ങൾ ക്രൂഡ് ഓയിൽ ഉല്പാദനം കുറയ്ക്കാനുള്ള സാദ്ധ്യത പരിഗണിച്ച് ആഭ്യന്തര ഉല്പാദനത്തിൽ ബഡ്ജറ്റ് ഊന്നണം.
5. സ്ഥിരമൂലധന രൂപീകരണത്തിലെ തകർച്ചയുടെ പശ്ചാത്തലത്തിൽ സർക്കാർ നിക്ഷേപം വർദ്ധിപ്പിക്കണം.
6. നോട്ടു നിരോധനം സൃഷ്ടിച്ച ഉല്പാദന വിപണന പ്രതിസന്ധി തരണംചെയ്യാൻ സർക്കാർ ചെലവുകൾ ഉയർത്തണം.

7. കേരളത്തിൽ നോട്ടു നിരോധനവും കൊടും വരൾച്ചയും സൃഷ്ടിച്ച റവന്യൂ വരുമാനത്തകർച്ചയുടെ സാഹചര്യത്തിൽ സർക്കാർ റവന്യൂ വരുമാനം ഉയർത്തണം.
8. പശ്ചാത്തല സൗകര്യവികസനത്തിനു വൻതോതിൽ മൂലധന നിക്ഷേപത്തിന് സംസ്ഥാന സർക്കാർ മുൻകൈയെടുക്കണം.

കേന്ദ്രവും സംസ്ഥാനവും അഭിമുഖീകരിക്കുന്ന മുഖ്യപ്രശ്നം സാമ്പത്തിക മാന്ദ്യമാണ്. മാന്ദ്യം മറികടക്കലാകണം ബഡ്ജറ്റ് ലക്ഷ്യം. മാന്ദ്യത്തിനു അടിസ്ഥാനകാരണം കറൻസി നിരോധനമാണ്. എന്നാൽ, ആശ്ചര്യകരമെന്നുപറയട്ടെ, നോട്ടുനിരോധനം എന്തെങ്കിലും പ്രശ്നം സൃഷ്ടിച്ചതായി കേന്ദ്രബഡ്ജറ്റ് സമ്മതിക്കുന്നില്ല. എന്തെങ്കിലും ചില്ലറ പ്രശ്നങ്ങളുണ്ടെങ്കിൽ അവ താല്ക്കാലികമാണെന്നും അടുത്ത വർഷം തുടരുകയില്ലെന്നും ബഡ്ജറ്റ് സമാശ്വസിക്കുന്നു. തെളിവിനായി ദേശീയ വരുമാനകണക്കുകൾ ഉദ്ധരിക്കുന്നു. ജനുവരി 6 ന് സി എസ് ഒ പുറത്തുവിട്ട അഡ്വാൻസ് എസ്റ്റിമേറ്റിലും നോട്ടുനിരോധനത്തെത്തുടർന്ന് ഫെബ്രുവരി 28 ന് പ്രസിദ്ധീകരിച്ച രണ്ടാമതു അഡ്വാൻസ് എസ്റ്റിമേറ്റിലും ഒരേ ജി ഡി പി വളർച്ച നിരക്കുതന്നെ. 7.1 ശതമാനം. സി എസ് ഒ യെക്കൊണ്ട് കൃത്രിമമായി ഉണ്ടാക്കിച്ചതാണ് മേൽകണക്ക് എന്നു ശക്തമായ ആക്ഷേപമുണ്ട്. നോട്ടുനിരോധനംകൊണ്ട് ഒന്നും സംഭവിച്ചില്ല എന്നു തെളിയിക്കുകയാണ് ലക്ഷ്യം. ആയതിനാൽ സാമ്പത്തികമാന്ദ്യം മറികടക്കുക കേന്ദ്രബഡ്ജറ്റ് ലക്ഷ്യമല്ല. ഇല്ലാത്തമാന്ദ്യം മറികടക്കേണ്ടതില്ലല്ലോ എന്നു ന്യായം. എന്നാൽ മാന്ദ്യം ഒരു യാഥാർത്ഥ്യമാണ്.

മാന്ദ്യം മറികടക്കാനുള്ള മാർഗ്ഗം പൊതുചെലവു കൂട്ടുകയാണ്. അതു വാങ്ങൽശേഷി വളർത്തും. സാധനങ്ങൾക്കും സേവനങ്ങൾക്കും ആവശ്യമുയർത്തും. എന്നാൽ കേന്ദ്രബഡ്ജറ്റ് സർക്കാരിന്റെ മൊത്തം ചെലവ് ചുരുക്കുന്നു. 2016–17 ലെ പുതുക്കിയ എസ്റ്റിമേറ്റ് പ്രകാരം 2014407 കോടി രൂപയാണ് പൊതുച്ചെലവ്. ബഡ്ജറ്റ് നിർദ്ദേശിക്കുന്നത് 2146735 കോടി രൂപ. വർദ്ധന കേവലം 6.5 ശതമാനം. ഒരു താരതമ്യം കാര്യം വ്യക്തമാക്കും. മുൻകൊല്ലത്തെ കണക്കുമായിട്ടാണ് താരതമ്യം. 2015–16 ലെ യഥാർത്ഥ പൊതുച്ചെലവ് 1790783 കോടി രൂപയായിരുന്നു. 2016–17 ലെ ബഡ്ജറ്റ് വിഭാവനം ചെയ്തത് 10.46 ശതമാനം വർദ്ധനയാണ്. അതായത് 1978060 കോടി രൂപ. എത്രകുറവാണ് 2017–18 ലെ ഗവൺമെന്റ് ചെലവ് എന്ന് ഈ കണക്ക് വ്യക്തമാക്കും.

ചെലവു ചുരുക്കലിന്റെ ചില ഉദാഹരണങ്ങൾ ഉദ്ധരിക്കാം. (കേന്ദ്രബഡ്ജറ്റ് അനുബന്ധം 3 ബി)

## പ്രധാന പദ്ധതിച്ചെലവുകൾ

| ഇനം | 2016–17 പുതുക്കിയ എസ്റ്റിമേറ്റ് (കോടി രൂപ) | 2017–18 ബഡ്ജറ്റ് എസ്റ്റിമേറ്റ് | വർദ്ധന/ കുറവ് (%) |
|---|---|---|---|
| 1. തൊഴിൽ പദ്ധതികൾ | 58181 | 59640 | +2.51 |
| 2. ദേശീയ ഗ്രാമീണ തൊഴിലുറപ്പു പദ്ധതി | 47499 | 48500 | +1.00 |
| 3. പ്രധാനമന്ത്രി എംപ്ലോയ്മെന്റ് ജനറേഷൻ പ്രോഗ്രാം | 1120 | 1024 | 8.57 |
| 4. വില സ്ഥിരതാ നിധി | 3400 | 3500 | +2.94 |
| 5. വിവിധ ഇൻഷുറൻസ് പദ്ധതികൾ | 14469 | 10810 | –25.29 |
| 6. പ്രധാനമന്ത്രി മുദ്രാ യോജന | 2135 | 1040 | –51.59 |
| 7. പ്രധാനമന്ത്രി ഗ്രാം സഡക് യോജന | 19000 | 19000 | മാറ്റമില്ല |
| 8. കാർഷികവിള ഇൻഷുറൻസ് പദ്ധതി | 13240 | 9000 | –3.2 |
| 9. ദേശീയ ഗ്രാമീണ ആരോഗ്യമിഷൻ | 19462 | 21189 | +8.87 |
| 10. ദേശീയ വിദ്യാഭ്യാസ മിഷൻ | 28251 | 29556 | +4.61 |
| 11. റൂസപദ്ധതി | 1300 | 1300 | മാറ്റമില്ല. |
| 12. അമൃത പദ്ധതി | 9559 | 9000 | –6.66 |
| 13. പട്ടികജാതിക്ഷേമം | 6369 | 7490 | +12.25 |
| 14. പട്ടികവർഗ്ഗക്ഷേമം | 5131 | 5419 | |
| 15. മദ്രസകളുടെയും ന്യൂനപക്ഷങ്ങളുടെയും വിദ്യാഭ്യാസപദ്ധതി | 120 | 120 | മാറ്റമില്ല |
| 16. ന്യൂനപക്ഷക്ഷേമം | 3807 | 4089 | +7.40 |

| | | | |
|---|---|---|---|
| 17. ദേശീയ ഗ്രാമീണ കുടിവെള്ളമിഷൻ | 6000 | 6050 | +0.83 |
| 18. സർവ്വ ശിക്ഷ അഭിയാൻ | 22500 | 23500 | +4.44 |
| 19. പാവങ്ങൾക്കുള്ള എൽ പി ജി കണക്ഷൻ | 2500 | 2500 | മാറ്റമില്ല |
| 20. അംഗൻവാടികൾ | 14561 | 15245 | +4.69 |

പട്ടികയിൽനിന്നും ചില കാര്യങ്ങൾ വ്യക്തമാകുന്നുണ്ട്. വിദ്യാഭ്യാസം, ആരോഗ്യം, കുടിവെള്ളം, തൊഴിൽ, അംഗൻവാടി തുടങ്ങിയവയ്ക്കുള്ള അടങ്കൽ വെട്ടിക്കുറയ്ക്കുകയോ നാമമാത്ര വർദ്ധന അനുവദിക്കുകയോ ചെയ്യുന്നു. ചെലവു ചുരുക്കലിന്റെ ഖഡ്ഗം വീഴ്ത്തുന്നത് സാമൂഹ്യസേവന മേഖലയിലാണ്. അവ സ്വകാര്യമേഖലയ്ക്കു വിടുകയാണ്. പശ്ചാത്തല സൗകര്യമൊരുക്കിക്കൊടുക്കുന്ന ചുമതലയിലേക്കു സർക്കാർ പിൻവാങ്ങുന്നു.

തൊഴിൽ പദ്ധതികൾക്ക് കേവലം 2.51 ശതമാനം മാത്രമാണ് വർദ്ധന. ഏറ്റവും വലിയ തൊഴിലവകാശ പദ്ധതിയായ ദേശീയ ഗ്രാമീണ തൊഴിലുറപ്പു പദ്ധതിക്ക് പുതുക്കിയ എസ്റ്റിമേറ്റിനേക്കാൾ ഒരു ശതമാനം മാത്രമാണ് വർദ്ധന. കുടുംബത്തിലെ ഒരാൾക്ക് ഒരു വർഷം നൂറു ദിവസത്തെ ജോലിയോ ഇല്ലെങ്കിൽ കൂലിയോ നിയമംമൂലം ഉറപ്പു നല്കുന്ന പദ്ധതിയാണിത്. നിലവിലെ തൊഴിലില്ലായ്മയും പ്രതിവർഷം 1.30 കോടി യുവതീയുവാക്കൾ തൊഴിലന്വേഷകരായി എത്തുന്ന സ്ഥിതിയും നോട്ടുനിരോധനം ലക്ഷക്കണക്കിനാളുകളെ തൊഴിൽ രഹിതരാക്കിയ വസ്തുതയും പരിഗണിക്കുമ്പോൾ ഒരു ശതമാനം വർദ്ധന തികച്ചും അപര്യാപ്തമാണ്. 2015–16 ൽ കുടുംബമൊന്നിന് 48 തൊഴിൽ ദിനങ്ങളേ നല്കപ്പെട്ടുള്ളൂ. 501 കോടി രൂപയുടെ വർദ്ധന എത്ര അപര്യാപ്തമാണെന്നറിയാൻ മറ്റു വിശദീകരണങ്ങൾ വേണ്ട.

സർക്കാർ ചെലവു ചുരുക്കൽ, മനഃപൂർവ്വം സ്വീകരിച്ച സാമ്പത്തിക നയത്തിന്റെ ഭാഗമാണ്.ചെലവുകൾ ചുരുക്കുക എന്നാൽ സർക്കാർ ഇടപെടൽ കുറയ്ക്കുക എന്നാണർത്ഥം. അഥവാ സ്വകാര്യ മേഖലയുടെ പ്രവർത്തനമണ്ഡലം വിപുലീകരിക്കുക എന്നും. നവ ഉദാരവല്ക്കരണ നയത്തിന്റെ ഭാഗമാണ് പൊതുചെലവ് വെട്ടിക്കുറയ്ക്കൽ. പശ്ചാത്തല സൗകര്യവികസനം എന്നാണ് വികസനത്തിന്റെ നവഉദാരവല്ക്കരണ നിർവ്വചനം.

തികച്ചും ഭിന്നമാണ് സംസ്ഥാന ബഡ്ജറ്റ് സമീപനം. സംസ്ഥാനത്ത് നാളിതുവരെ നടത്തിയതിനേക്കാൾ ഉയർന്ന പൊതുചെലവാണ് ബഡ്ജറ്റ് വിഭാവനം ചെയ്യുന്നത്. എല്ലാ രംഗങ്ങളിലും സർക്കാരിന്റെ ക്രിയാത്മക ഇടപെടൽ ബഡ്ജറ്റ് ഉറപ്പുവരുത്തുന്നു.

വ്യക്തതയ്ക്കുവേണ്ടി കണക്കുകൾ ചേർക്കാം.

| | | (കോടി രൂപ) |
|---|---|---|
| 1) | 2016–17 ലെ സംസ്ഥാനബഡ്ജറ്റ് നിർദ്ദേശിച്ച തനതു നികുതി വരുമാനം | 47613.61 |
| | സമാഹരിച്ച തനതു നികുതി വരുമാനം | 44547.63 |
| | തനതുനികുതി വരുമാനത്തിലെ കുറവ് | –6.44% |
| 2) | 2016–17 ലെ ബഡ്ജറ്റ് നിർദ്ദേശിച്ച നികുതിയേതര വരുമാനം | 11359.52 |
| | സമാഹരിച്ച നികുതിയേതര വരുമാനം | 10057.31 |
| | നികുതിയേതരവരുമാനക്കുറവ് | –11.46% |
| 3) | 2016–17 ലെ ബഡ്ജറ്റ് പ്രതീക്ഷിച്ച തനതു റവന്യൂ വരുമാനം (അതായത് തനതു നികുതി+തനതു നികുതിയേതരം) | 58973.13 |
| | സമാഹരിച്ചത് (പുതുക്കിയ എസ്റ്റിമേറ്റ്) | 54604.94 |
| | തനതു റവന്യൂ വരുമാനത്തിലെ ഇടിവ് | –7.40% |

2016–17 ൽ തനതു റവന്യൂ വരുമാനസമാഹരണത്തിൽ ഗണ്യമായ ഇടിവുണ്ടായി എന്നാണ് കണക്കുകൾ വ്യക്തമാക്കുന്നത്. മാന്ദ്യത്തിലകപ്പെട്ട സംസ്ഥാന സമ്പദ് വ്യവസ്ഥയെ വികസനത്തിന്റെ പാതയിലേക്കു ആനയിക്കാൻ ശക്തമായ സർക്കാർ ഇടപെടൽ ആവശ്യമാണ്. എന്നാൽ, അതിനുള്ള ശേഷി സർക്കാരിനില്ല. വരുമാനസമാഹരണത്തിലെ കുറവു മൂലമാണത്. സർക്കാരിനു മുന്നിലെ ആദ്യ വെല്ലുവിളി റവന്യൂവരുമാനം ഉയർത്തുകയാണ്. രണ്ടുരീതിയിൽ ലക്ഷ്യം കൈവരിക്കാം. നികുതിനിരക്കു ഉയർത്തുകയും കൂടുതൽ സാധനങ്ങളും സേവനങ്ങളും നികുതി വലയത്തിൽ കൊണ്ടുവരികയുമാണ് ഒരു മാർഗ്ഗം. നോട്ടു നിരോധനം കശക്കിയ സമ്പദ് വ്യവസ്ഥയിൽ ജനങ്ങളുടെ മേൽ അധികനികുതി ഏർപ്പെടുത്തുക ആശാസ്യമല്ല. നികുതി വർദ്ധനയുടെ മാർഗ്ഗം സംസ്ഥാന ബഡ്ജറ്റ് സ്വീകരിക്കുന്നില്ല. മാത്രവുമല്ല, ഏതു നികുതിനിരക്കു വർദ്ധനയും ജൂലൈ ഒന്നു മുതൽ നിലവിൽവരുന്ന ചരക്കു സേവനനികുതി നിരക്കുകളുടെ അടിസ്ഥാനത്തിൽ പുനഃക്രമീകരിക്കേണ്ടിവരുകയും ചെയ്യും. മറ്റൊരു മാർഗ്ഗം, നികുതിപിരിവു സംവിധാനം നവീകരിക്കുകയും ശക്തിപ്പെടുത്തുകയുമാണ്. ആ മാർഗ്ഗമാണ് ബഡ്ജറ്റ് സ്വീകരിക്കുന്നത്.

| | | |
|---|---|---|
| 1. | 2016–17 ലെ പുതുക്കിയ എസ്റ്റിമേറ്റ് പ്രകാരം റവന്യൂ വരുമാനം | 54604.94 |
| | 2017–18 ലെ ബഡ്ജറ്റ് പ്രതീക്ഷിക്കുന്ന റവന്യൂ വരുമാനം | 65449.28 |

| | |
|---|---|
| അധികമായി പ്രതീക്ഷിക്കുന്ന റവന്യൂ വരുമാനം | 10844 |
| അഥവാ, | 19.86% |

കേന്ദ്ര ബഡ്ജറ്റ് 6.5 ശതമാനം റവന്യൂ വരുമാനം പ്രതീക്ഷിക്കുമ്പോൾ സംസ്ഥാന ബഡ്ജറ്റ് 19.86 ശതമാനം വർദ്ധനയാണ് പ്രതീക്ഷിക്കുന്നത്.

അധികമായി സമാഹരിക്കുന്ന റവന്യൂ വരുമാനം വൻതോതിലുള്ള മൂലധനനിക്ഷേപത്തിനു മതിയാവുകയില്ല. സർക്കാരിന്റെ റവന്യൂ ചെലവ് വർദ്ധിക്കുകയാണ്. അവയിൽ പലതും ഒഴിവാക്കാനാവുന്നവയല്ല. ശമ്പള കമ്മീഷൻ ശുപാർശപ്രകാരമുള്ള കുടിശ്ശിക തീർക്കാൻ 4442.26 കോടി രൂപ വേണം. വായ്പയുടെ മുതലും പലിശയും തീർക്കാൻ വേണം 12649.17 കോടി രൂപ.

മൂലധനനിക്ഷേപത്തിന് ബഡ്ജറ്റിനു വെളിയിൽ വിഭവ സ്രോതസ്സുകൾ കണ്ടെത്തുക എന്ന മാർഗ്ഗമേ സംസ്ഥാന സർക്കാരിനു മുന്നിലുള്ളൂ. കടം വാങ്ങുന്നതിനു നിയന്ത്രണങ്ങളുണ്ട്. കടം വർദ്ധിക്കുന്നതിനനുസരിച്ച് ധനകമ്മി ഉയരും. ധനകമ്മി സംസ്ഥാന വരുമാനത്തിന്റെ 3 ശതമാനത്തിൽ നിർത്തണമെന്നാണ് 14-ാം ധനകാര്യ കമ്മീഷൻ നിർദ്ദേശം. അത്യാവശ്യ സന്ദർഭങ്ങളിൽ 3.5 ശതമാനംവരെ ആകാമെന്ന് കേന്ദ്രം നിയമിച്ച വിദഗ്ദ്ധ കമ്മിറ്റി ശുപാർശചെയ്തിട്ടുണ്ട്. അപ്പോഴും വായ്പയ്ക്കു നിയന്ത്രണമുണ്ട്. വായ്പാവർദ്ധന ധനകമ്മി പെരുപ്പിക്കും.

പ്രത്യേകോദ്ദേശ്യ ഉപാധികൾ വഴി വായ്പ സ്വീകരിക്കാൻ കഴിയും. വായ്പ ലഭിക്കണമെങ്കിൽ പ്രത്യേകോദ്ദേശ്യ ഉപാധികളിൽ ജനങ്ങൾക്കു വിശ്വാസം വേണം. മുതലും പലിശയും തിരിച്ചുലഭിക്കുമെന്നു ഉറപ്പുവേണം. കടപ്പത്രങ്ങൾ അഥവാ ബോണ്ടുകൾ പുറപ്പെടുവിച്ചാണ് വായ്പ വാങ്ങുക. ബോണ്ടിന്റെ കാലാവധിക്ക് മുമ്പ് പകരം പണം വേണ്ടവർക്ക് അതിനുള്ള സൗകര്യവും വേണം.

പ്രത്യേക ഉദ്ദേശ്യത്തോടെ 1999 ൽ നിയമം മുഖേന നിലവിൽ വരുത്തിയ സ്ഥാപനമാണ് കിഫ്ബി (Kerala Infrastructure Investment Fund Board). പക്ഷേ, ആ സംവിധാനം ഫലപ്രദമായി ഉപയോഗിക്കപ്പെട്ടിരുന്നില്ല. ഇപ്പോൾ കിഫ്ബി നിയമത്തിൽ ആവശ്യമായ ഭേദഗതികൾ വരുത്തി പരിഷ്കരിച്ചു മാർഗ്ഗനിർദ്ദേശങ്ങളും പുറപ്പെടുവിച്ചു.

കിഫ്ബിയുടെ സവിശേഷതകൾ ഇവയാണ്:

1. മോട്ടോർ വാഹനനികുതി വരുമാനത്തിൽനിന്ന് ഒന്നാം വർഷം 10 ശതമാനം, രണ്ടാം വർഷം 20 ശതമാനം ആ തോതിൽ വർദ്ധിപ്പിച്ച് അഞ്ചാം വർഷം 50 ശതമാനവും തുടർവർഷങ്ങളിൽ 50 ശതമാനം വീതവും കിഫ്ബിക്കു കൈമാറും. പെട്രോൾ നികുതിക്കു മേലുള്ള ഒരു ശതമാനം സെസ്സും കിഫ്ബിക്കാണ്.

2. ഇങ്ങനെ ലഭ്യമാകുന്ന വരുമാനത്തിന്റെയും ഭാവി വരുമാനത്തിന്റെയും അടിസ്ഥാനത്തിൽ ബോണ്ടുകൾ പുറപ്പെടുവിക്കും.
3. വായ്പയ്ക്ക് സംസ്ഥാന സർക്കാർ ഗ്യാരന്റി നില്ക്കും.
4. കിഫ്ബി സമാഹരിക്കുന്ന പണം ഖജനാവിൽ നിക്ഷേപിക്കുകയില്ല. വകുപ്പുകൾ വഴി ചെലവഴിക്കുകയില്ല.
5. ബഡ്ജറ്റിൽ പ്രഖ്യാപിച്ച പ്രോജക്ടുകൾക്കുള്ള തുക ഏതു ഏജൻസി ചെലവാക്കണമെന്നു തീരുമാനിച്ചാൽ, കിഫ്ബിയുമായി ധാരണാ പത്രത്തിൽ ഒപ്പിടും.
6. പ്രഗത്ഭരടങ്ങുന്ന ഒരു ഫണ്ട് ട്രസ്റ്റി ഉപദേശക കമ്മീഷൻ നിയമം മുഖേന രൂപവല്ക്കരിക്കും. കിഫ്ബി ഫണ്ടിന്റെ വിനിയോഗത്തിന്റെ സുതാര്യത ഉറപ്പു വരുത്തുക ഉപദേശക കമ്മീഷന്റെ ചുമതലയാണ്.
7. കിഫ് ബി തന്നെ ഭൂമി ഏറ്റെടുക്കുന്നതിന് പ്രത്യേക ലാന്റ് ബോണ്ടുകൾ പുറപ്പെടുവിക്കും. ഭൂമി ഏറ്റെടുക്കൽ അങ്ങനെ സുഗമമാക്കും.

മറ്റൊരു പ്രമുഖ ധനകാര്യ സ്ഥാപനമായ കെ എസ് എഫ് ഇ യെ വികസനത്തിൽ പങ്കാളിയാക്കാനുള്ള നിർദ്ദേശവും ബഡ്ജറ്റ് മുന്നോട്ടു വെക്കുന്നു.

1. വൻതോതിലുള്ള നിക്ഷേപത്തിന് ചിട്ടിയെ പ്രധാന ഉപാധിയാക്കുന്നു.
2. കെ എസ് എഫ് ഇ പ്രവാസിചിട്ടി ആരംഭിക്കും.
3. പ്രവാസികൾ സർക്കാരിലേക്ക് പണം അടയ്ക്കേണ്ട, ചിട്ടിയിൽ ചേർന്നാൽ മതി.
4. ആദ്യ വർഷം ഒരു ലക്ഷംപേരെ ചിട്ടിയിൽ ചേർക്കും.
5. ചിട്ടിപ്പണം സ്വീകരിക്കുന്ന മുറയ്ക്ക് പണം പൂർണ്ണമായും കെ എസ് എഫ് ഇയുടെ പേരിൽ കിഫ് ബി പുറപ്പെടുവിക്കുന്ന ബോണ്ടിൽ നിക്ഷേപിക്കും.
6. ചിറ്റാളൻ ചിട്ടി പിടിക്കുമ്പോഴോ, ചിട്ടി നിക്ഷേപം പിൻവലിക്കുമ്പോഴോ പണം പിൻവലിക്കാൻ കെ എസ് എഫ് ഇയെ അനുവദിക്കും.
7. ചിറ്റാളന്റെ അവശേഷിക്കുന്ന തുക നിക്ഷേപമായി കിഫ്ബിയിൽ നിലനില്ക്കും.
8. ചിട്ടി നിക്ഷേപങ്ങൾക്ക് സംസ്ഥാന സർക്കാരിന്റെ ഗ്യാരന്റിയുണ്ടാകും.

രണ്ടു സ്ഥാപനങ്ങളെയും ഉപയോഗപ്പെടുത്തി, വായ്പവാങ്ങി മൂലധന നിക്ഷേപം വളർത്താനാണ് ബഡ്ജറ്റ് ലക്ഷ്യമിടുന്നത്.

സർക്കാർ വായ്പ വാങ്ങുമ്പോഴാണ് ധനകമ്മി പ്രശ്നം. പ്രത്യേകോദ്ദേശ്യ സ്ഥാപനം വായ്പ വാങ്ങുമ്പോൾ ആ പ്രശ്നമില്ല.

കേന്ദ്ര ബഡ്ജറ്റ് പൊതുവിദ്യാഭ്യാസം, പൊതുജനാരോഗ്യ സംവിധാനം, കുടിവെള്ളം തുടങ്ങിയ സാമൂഹ്യച്ചെലവുകൾക്കുള്ള വിഹിതം

വെട്ടിക്കുറയ്ക്കുന്നു. സംസ്ഥാന ബഡ്ജറ്റാകാട്ടെ ഇവയ്ക്കുള്ള വിഹിതം ഗണ്യമായി ഉയർത്തി സർക്കാർ ഇടപെടൽ ശക്തിപ്പെടുത്തുന്നു.

കേരളീയന്റെ കുടുംബബഡ്ജറ്റിന്റെ നല്ലൊരു ഭാഗം അപഹരിക്കുന്നത് ചികിത്സാച്ചെലവാണ്. വർദ്ധിച്ച ചികിത്സാച്ചെലവ് ദരിദ്രീകരണ പ്രക്രിയക്ക് ആക്കം കൂട്ടുന്നു. എല്ലാ രോഗങ്ങൾക്കും സൗജന്യ ചികിത്സ ഉറപ്പുവരുത്തുന്ന സമഗ്ര ആരോഗ്യ ഇൻഷുറൻസ് പദ്ധതി സംസ്ഥാന ബഡ്ജറ്റ് നിർദ്ദേശിക്കുന്നു. ആരോഗ്യചികിത്സകരുടെ നിയമനങ്ങൾക്കും വ്യവസ്ഥചെയ്യുന്നു. വിദ്യാഭ്യാസ ഗുണനിലവാരം മെച്ചപ്പെടുത്തുന്നതിനും പൊതുവിദ്യാലയങ്ങളിലേക്ക് വിദ്യാർത്ഥികളെ ആകർഷിക്കുന്നതിനും ഉതകുന്ന പദ്ധതികളും നിർദ്ദേശിക്കുന്നു. 40,000 ക്ലാസ് മുറികൾ ഹൈടെക് ആക്കാനും നിയോജകമണ്ഡലംതോറും ഒരു സ്കൂൾ വീതം മികവിന്റെ കേന്ദ്രമാക്കാനും ലക്ഷ്യമിടുന്നു. കുടിവെള്ള സംരക്ഷണത്തിനും വിതരണത്തിനുമായി 2062 കോടി രൂപയാണ് ബഡ്ജറ്റ് വകയിരുത്തുന്നത്.

സ്വകാര്യ മൂലധനനിക്ഷേപം ആകർഷിക്കുന്നതിന് പശ്ചാത്തലസൗകര്യവികസനം അനിവാര്യമാണ്. നടപടി ക്രമങ്ങൾ ലളിതവല്ക്കരിച്ചതുകൊണ്ടുമാത്രം സ്വകാര്യ നിക്ഷേപം ആകർഷിക്കപ്പെടുകയില്ല. വീതിയും നീളവുമുള്ള നല്ല റോഡുകൾ, ഫ്ളൈ ഓവറുകൾ, പാലങ്ങൾ, തുറമുഖങ്ങൾ, ജലപാതകൾ, ഇടമുറിയാതെ ലഭിക്കുന്ന വൈദ്യുതി, പ്രാവീണ്യമുള്ള തൊഴിലാളികൾ തുടങ്ങിയവ മൂലധന നിക്ഷേപം വളർത്താൻ ആവശ്യമാണ്. സംസ്ഥാന ബഡ്ജറ്റ് അക്കാര്യങ്ങൾക്ക് ഊന്നൽ നല്കുന്നു. അടുത്ത അഞ്ചു വർഷത്തിനകം 50,000 കോടി രൂപയുടെ റോഡ് നവീകരണ പദ്ധതിയാണ് ലക്ഷ്യമിടുന്നത്. റോഡ് നിർമ്മാണം സംസ്ഥാനത്തെ ജില്ലകളെയും പ്രദേശങ്ങളെയും ഉല്പാദനവിതരണ കേന്ദ്രങ്ങളെയും ബന്ധിപ്പിക്കുക മാത്രമല്ല ചെയ്യുക. ലക്ഷക്കണക്കിനാളുകൾക്ക് തൊഴിലും വരുമാനവും ഉറപ്പാക്കും. പ്രാദേശിക റോഡുകളും പ്രധാന റോഡുകളും തമ്മിലെ സമ്പർക്കം, കാർഷികോല്പന്നങ്ങളുൾപ്പെടെയുള്ളവയുടെ വിപണന സാദ്ധ്യതകൾ മെച്ചപ്പെടുത്തും. റോഡുകൾ രക്തവാഹിനികൾ പോലെയാണ്. 2016–17 ൽ 15000 കോടി രൂപയുടെ നിക്ഷേപം നടത്തും. 182 റോഡുകളുടെ വികസനത്തിന് 5628 കോടി രൂപയും 69 പാലങ്ങളോ ഫ്ളൈഓവറുകളോ നിർമ്മിക്കുന്നതിന് 2557 കോടി രൂപയും നിക്ഷേപിക്കപ്പെടും. കിഫ്ബി മുഖേനയാണ് ഇവ നടപ്പാക്കുക. 6500 കോടി രൂപയുടെ തീരദേശ–മലയോര പാതയ്ക്കുള്ള നിക്ഷേപം പ്രവാസി ചിട്ടികൾ മുഖേനയാണ്.

കേന്ദ്ര ഗവൺമെന്റ് അധികാരമേറ്റയുടൻ നടപ്പാക്കിയ പരിഷ്കാരങ്ങളിലൊന്ന് ആസൂത്രണ കമ്മീഷൻ പിരിച്ചുവിടുകയായിരുന്നു. അതൊരു സന്ദേശമായിരുന്നു. സമ്പദ് വ്യവസ്ഥ നിയന്ത്രിക്കുക സർക്കാർ അജണ്ടയിലില്ലെന്ന സന്ദേശം. സ്വകാര്യ മേഖല ശക്തിപ്പെടുത്തുമെന്നു വ്യക്തമാക്കൽ. മറിച്ച് ആസൂത്രണ പ്രക്രിയ ശക്തിപ്പെടുത്തുകയാണ് കേരള

സർക്കാർ സമീപനം. 2017–18 ലെ പദ്ധതി അടങ്കൽ 26500 കോടി രൂപയാണ്. 2016–17 ലെ അടങ്കലിനേക്കാൾ കൂടുതലാണിത്. കേന്ദ്രാവിഷ്കൃത പദ്ധതികളും കൂട്ടിച്ചേർത്താൽ ആകെ പദ്ധതി അടങ്കൽ 34539 കോടിയാണ്. 2016–17 ലെ പദ്ധതി അടങ്കലിനേക്കാൾ 10.4 ശതമാനം അധികമാണ് 2017–18 ലെ പദ്ധതി അടങ്കൽ.

ജനകീയാസൂത്രണത്തിന് രണ്ടാം ജന്മം നല്കുന്നു സംസ്ഥാന ബഡ്ജറ്റ്. പദ്ധതി അടങ്കലിന്റെ 23.5 ശതമാനം വികസന ഫണ്ടായി തദ്ദേശ സ്ഥാപനങ്ങൾക്കു കൈമാറും. അതായത് 9748 കോടി രൂപ. മെയിന്റനൻസ് ഫണ്ട് 2183 കോടിയും ജനറൽ പർപ്പസ് ഗ്രാന്റ് 1337 കോടിരൂപയുമാണ്.

പട്ടികജാതി–പട്ടികവർഗ്ഗക്ഷേമത്തിന് കേന്ദ്രം വളരെ കുറച്ച് തുകയേ വകയിരുത്തുന്നുള്ളൂ. രാജ്യത്തെ ജനസംഖ്യയിൽ പട്ടികജാതി–പട്ടിക വർഗ്ഗ വിഭാഗം 25.2 ശതമാനമാണ്. എന്നാൽ ബഡ്ജറ്റിന്റെ 12.25 ശതമാനമാണ് പ്രസ്തുത വിഭാഗത്തിനു മാറ്റിവെക്കുന്നത്. സംസ്ഥാന ബഡ്ജറ്റാകട്ടെ, ജനസംഖ്യാനുപാതത്തേക്കാൾ കൂടുതൽ തുക വകയിരുത്തുന്നു. സംസ്ഥാന ജനസംഖ്യയിൽ 9.1 ശതമാനമാണ് പട്ടികജാതിവിഭാഗം. മൊത്തം പദ്ധതി അടങ്കലിന്റെ 9.81 ശതമാനം വകയിരുത്തുന്നു. പട്ടിക വർഗ്ഗവിഭാഗം 1.45 ശതമാനമാണ്. 2.83 ശതമാനം വകയിരുത്തുന്നു. മറ്റേതൊരു സംസ്ഥാനത്തേക്കാളും കേന്ദ്രത്തേക്കാളും മുന്നിലാണ് കേരളം ഇക്കാര്യത്തിൽ.

സാധനങ്ങളുടെ, പ്രത്യേകിച്ചും അവശ്യവസ്തുക്കളുടെ, വില നിർണ്ണയം കമ്പോളത്തിനെ ഏല്പിച്ചാൽ ഏറ്റവുമധികം കഷ്ടപ്പെടുക അല്പവരുമാനക്കാരും നിശ്ചിത വരുമാനക്കാരുമാണ്. ജനക്ഷേമം മുൻനിർത്തി പ്രവർത്തിക്കുന്ന ഏതൊരു സർക്കാരും കമ്പോളത്തെ നിയന്ത്രിക്കുകതന്നെ വേണം. കേന്ദ്രനയം, കമ്പോള ശക്തികളെ സ്വതന്ത്രമാക്കുകയാണ്. സ്വതന്ത്രകമ്പോളമെന്ന ആത്യന്തിക ലക്ഷ്യത്തിലേക്കാണ് നവ ഉദാരവല്ക്കരണം മുന്നേറുന്നത്. ഇതിന്റെ അപകടമറിഞ്ഞുള്ള നിർദ്ദേശങ്ങളാണ് സംസ്ഥാന ബഡ്ജറ്റ് മുന്നോട്ടുവയ്ക്കുന്നത്. നെല്ല് സംഭരണത്തിന് 700 കോടി രൂപ വകയിരുത്തുന്നു. റേഷൻ സബ്സിഡിക്ക് 900 കോടിയും കൺസ്യൂമർ ഫെഡിന് 150 കോടിയും ഹോർട്ടികോർപ്പിന് 30 കോടിയും വകയിരുത്തുന്നു. വിലനിലവാരം പിടിച്ചുനിർത്തുന്നതിന് ബഡ്ജറ്റ് ഊന്നൽ നല്കുന്നു.

കേരള സമ്പദ് വ്യവസ്ഥയുടെ അവിഭാജ്യഭാഗമാണ് പ്രവാസികളും അവരുടെ അദ്ധ്വാനവും. ഗൾഫിൽ തൊഴിൽ തേടി ലക്ഷക്കണക്കിനു മലയാളികൾ പോയില്ലായിരുന്നെങ്കിൽ കേരളത്തിലെ തൊഴിൽ വിപണി കടുത്ത സമ്മർദ്ദം നേരിടുമായിരുന്നു. മലയാളികൾ നേടിത്തരുന്ന വരുമാനമാണ് കേരളത്തിലെ നിർമ്മാണപ്രവർത്തങ്ങളുടെയും വ്യാപാര പ്രവർത്തനങ്ങളുടെയും ചാലകശക്തി. കേരളത്തിലെ ബാങ്കുകളിലെ പ്രവാസി നിക്ഷേപം, 2016 മാർച്ച് 31 ലെ കണക്കനുസരിച്ച്, 135608 കോടി

രൂപയാണ്. മൊത്തം ബാങ്ക് നിക്ഷേപത്തിന്റെ 32.19 ശതമാനം വരുമിത്. പ്രവാസികൾക്ക് അർഹിക്കുന്ന പരിഗണന ലഭിക്കുന്നില്ലെന്നും പ്രശ്നങ്ങൾ ശ്രദ്ധിക്കപ്പെടുന്നുമില്ലെന്നുള്ള പരാതികൾക്ക് വർഷങ്ങളുടെ പഴക്കമുണ്ട്. പ്രവാസികളുടെ പ്രശ്നങ്ങൾ ബന്ധപ്പെട്ടവരുടെ ശ്രദ്ധയിൽ കൊണ്ടുവരുന്നതിന് ഉതകുന്ന ഒരു പ്രത്യേക വേദി സംസ്ഥാന ബഡ്ജറ്റ് നിർദ്ദേശിക്കുന്നുണ്ട്. വിവിധ രാജ്യങ്ങളിലെ പ്രവാസികളിൽനിന്നും ജനസംഖ്യാനുപാതികമായി നോമിനേറ്റു ചെയ്യപ്പെടുന്ന പ്രതിനിധികളും നിയമസഭാംഗങ്ങളും ഉൾക്കൊള്ളുന്നതായിരിക്കും 'ലോകകേരളസഭ.' പ്രവാസിക്ഷേമ പെൻഷൻ 500 രൂപയിൽനിന്നും 2000 രൂപയായി വർദ്ധിപ്പിക്കുന്നുണ്ട്.

ഏറ്റവും ബുദ്ധിമുട്ടനുഭവിക്കുന്ന വിഭാഗങ്ങളിലൊന്നാണ് മത്സ്യത്തൊഴിലാളികൾ. കടലിൽ പോയി മരണപ്പെടുകയോ കാണാതാവുകയോ ചെയ്യുന്ന മത്സ്യത്തൊഴിലാളികളുടെ കുടുംബങ്ങൾക്ക് സംസ്ഥാന ബഡ്ജറ്റ് പത്തു ലക്ഷം രൂപയുടെ ഇൻഷുറൻസ് പദ്ധതി പ്രഖ്യാപിക്കുന്നു. നഷ്ടപ്പെടുന്ന ഉപകരണങ്ങൾക്കും ഇൻഷുറൻസ് പദ്ധതി ഉണ്ട്. 24851 കുടുംബങ്ങൾ അധിവസിക്കുന്നത് കടലിൽനിന്ന് 50 മീറ്റർ പരിധിയിലാണ്. കടലാക്രമണ ഭീഷണി നിരന്തരം നേരിടുന്ന കുടുംബങ്ങളാണവ. അത്തരം കുടുംബങ്ങളെ മാറ്റിത്താമസിപ്പിക്കുന്നതിനുള്ള തുകയും വകയിരുത്തുന്നുണ്ട്.

ലാഭത്തിൽ പ്രവർത്തിക്കുന്ന പൊതുമേഖലാ സ്ഥാപനങ്ങളെ സ്വകാര്യവല്ക്കരിക്കുകയാണ് കേന്ദ്ര സർക്കാർ നയം. 2014 ലെ കണക്കനുസരിച്ച് 9,92,971 കോടി രൂപയാണ് കേന്ദ്ര പൊതുമേഖലാ സ്ഥാപനങ്ങളിലെ നിക്ഷേപം. ഓഹരികളായും ദീർഘകാലവായ്പകളായുമാണ് സർക്കാർ നിക്ഷേപം നടത്തുന്നത്. ഒന്നാം പഞ്ചവത്സര പദ്ധതി ആരംഭിക്കുമ്പോൾ ആകെ കേന്ദ്ര സർക്കാർ നിക്ഷേപം 29 കോടി രൂപയായിരുന്നു. ഏറ്റവും വലിയ തൊഴിൽ ദായകനാണ് പൊതുമേഖല. സംഘടിതമേഖലയിലെ തൊഴിലാളികളിൽ 176 ലക്ഷം പേർ പൊതുമേഖലാ സ്ഥാപനങ്ങളിൽ തൊഴിലെടുക്കുമ്പോൾ സ്വകാര്യമേഖലയിൽ അത് 120 ലക്ഷം പേരാണ്. 2013–14 ൽ സർക്കാർ ഖജനാവിലേക്ക് നികുതികളും ലാഭവിഹിതവുമായി എത്തിച്ചേർന്നത് 2,20,166 കോടി രൂപയായിരുന്നു.

ഓഹരി വില്പന ലക്ഷ്യം താഴെ ചേർക്കുന്നു.

| | |
|---|---|
| 2010–11 | 40000 കോടിരൂപ |
| 2011–12 | 40000 |
| 2012–13 | 30000 |
| 2013–14 | 40000 |
| 2014–15 | 43425 |
| 2015–16 | 41000 |
| 2016–17 | 56500 |
| 2017–18 | 72500 |

വിഭവ സമാഹരണത്തിന്റെ പ്രധാന സ്രോതസ്സുകളിലൊന്നായി കേന്ദ്ര ബഡ്ജറ്റ് കാണുന്നത് സ്വകാര്യവല്ക്കരണത്തിലൂന്നിയ ഓഹരിവില്പന യാണ്. സംസ്ഥാന ബഡ്ജറ്റിന്റെ സമീപനം വ്യത്യസ്തമാണ്. നഷ്ടത്തിൽ പ്രവർത്തിക്കുന്ന പൊതുമേഖലാ സ്ഥാപനങ്ങളെ ലാഭത്തിലാക്കുകയും ലാഭത്തിൽ പ്രവർത്തിക്കുന്നവയെ ശാക്തീകരിക്കുകയുമാണ് ബഡ്ജറ്റ് ലക്ഷ്യം. മൂന്നു വർഷം കൊണ്ട് കെ എസ് ആർ ടി സിയെ ലാഭമോ നഷ്ടമോ ഇല്ലാത്ത സ്ഥാപനമായി മാറ്റാൻ ബഡ്ജറ്റ് ലക്ഷ്യമിടുന്നു. ജനങ്ങൾക്കു അടിസ്ഥാന സേവനം നല്കുന്ന പൊതുമേഖലാ സ്ഥാപനമെന്ന നില യിൽ ലാഭക്കണ്ണോടെയല്ല ബഡ്ജറ്റ് കെ എസ് ആർ ടി സിയെ സമീപി ക്കുന്നത്. മറിച്ച് സംസ്ഥാന ഖജനാവിനെ ആശ്രയിക്കാത്ത സ്ഥാപനമായി മാറ്റുകയാണ് ലക്ഷ്യം.

വനിതാ ക്ഷേമത്തിന് മൊത്തം പദ്ധതി അടങ്കലിന്റെ 11.5 ശതമാനം നീക്കിവെക്കുന്നു. പ്രത്യേക വനിതാ വകുപ്പ് രൂപീകരിക്കാനും ജന്റർബഡ് ജറ്റ് ഏർപ്പെടുത്താനും നിർദ്ദേശമുണ്ട്. സ്ത്രീകൾ നൂറുശതമാനം ഗുണ ഭോക്താക്കളായ 64 പദ്ധതികൾക്ക് 1060.5 കോടി രൂപ നീക്കിവെക്കുന്നു. അതേപോലെ സ്ത്രീകൾ പ്രത്യേക ഘടകമോ ഗുണഭോക്താക്കളോ ആയ 104 സ്കീമുകൾക്ക് 13400 കോടി രൂപ വകയിരുത്തുന്നു.

വർദ്ധിച്ച ധനകമ്മി, സമ്പദ് വ്യവസ്ഥയുടെ അനാരോഗ്യത്തിന്റെ സൂചികയായിട്ടാണ് റേറ്റിങ് ഏജൻസികൾ വിലയിരുത്തുന്നത്. റേറ്റിങ് ഏജൻസികളുടെ വിശകലനത്തിന്റെയും വിലയിരുത്തലിന്റെയും അടിസ്ഥാ നത്തിലാണ് വിദേശ മൂലധനശക്തികൾ നിക്ഷേപം നടത്തുന്നത്. വിദേ ശമൂലധനത്തിന്മേൽ അതിരറ്റു ആശ്രയിക്കുന്ന സർക്കാരിന് റേറ്റിങ് ഏജൻസികളുടെ വിലയിരുത്തൽ പ്രധാനമാണ്.

ധനകമ്മി ദേശീയ വരുമാനത്തിന്റെ 3 ശതമാനമേ ആകാവൂ എന്ന് 14-ാം ധനകാര്യകമ്മീഷൻ നിഷ്കർഷിക്കുന്നു. ധന ഉത്തരവാദിത്വ നിയ മത്തിന്റെ പ്രവർത്തനാനുഭവം പരിശോധിച്ച വിദഗ്ദ്ധ സമിതിയുടെ ഇട ക്കാല റിപ്പോർട്ട് അഭിപ്രായപ്പെട്ടത് 3.5 ശതമാനം വരെ ആകാം ധനകമ്മി എന്നാണ്. സംസ്ഥാന ബഡ്ജറ്റ് 3.44 ശതമാനം ധനകമ്മി പ്രതീക്ഷിക്കു ന്നു. ശമ്പളം, പെൻഷൻ, പലിശ എന്നിവ റവന്യൂ വരുമാനത്തിന്റെ 68.08 ശതമാനമാണ്. അവയിൽ വെട്ടിക്കിഴിവ് വരുത്താൻ സാദ്ധ്യമല്ല. അതി നർത്ഥം റവന്യൂ കമ്മി നികത്താനും വികസന ചെലവുകൾക്കും കടം വാങ്ങണമെന്നാണ്.

കൂടുതൽ കടം വാങ്ങാൻ സംസ്ഥാനത്തെ അനുവദിക്കണമെന്നാണ് സർക്കാരിന്റെ ആവശ്യം. അതിനോട് കേന്ദ്രം അനുകൂലമായി പ്രതികരി ച്ചിട്ടില്ല.

വാസ്തവത്തിൽ ധനകമ്മി 3.5 ശതമാനത്തേക്കാൾ ഉയർന്നാൽ അപ കടമൊന്നും സംഭവിക്കില്ല. ഇപ്രാവശ്യത്തെ സാമ്പത്തിക സർവ്വെ (2016 –17) ധനകമ്മി സംബന്ധിച്ചു വിവരങ്ങൾ നല്കുന്നുണ്ട്. 2013–14 ൽ 4.5 ശതമാനമായിരുന്നു ധനകമ്മി. 2014–15 ൽ 4.1 ശതമാനവും. അതുകൊണ്ട്

പ്രത്യേകമായി ഒരാപത്തും സംഭവിച്ചിട്ടില്ല. ധനകമ്മി സംബന്ധിച്ച യാഥാർത്ഥ്യ ബോധത്തോടെയുള്ള തീരുമാനമാണ് ഉണ്ടാകേണ്ടത്. അത്തരം തീരുമാനത്തിനു അടിസ്ഥാനം സാമ്പത്തികവളർച്ചയാകണം.

നവകേരള മിഷന്റെ നാലു ഘടകങ്ങളാണ് ബഡ്ജറ്റിന്റെ അന്തർധാര. ശുചിത്വം, ജലസംരക്ഷണം, ജൈവകൃഷി എന്നിവ അടങ്ങുന്ന ഹരിത കേരളം മിഷൻ, സമഗ്ര ആരോഗ്യപദ്ധതിയായ ആർദ്രംമിഷൻ, പൊതു വിദ്യാഭ്യാസ സംരക്ഷണ മിഷൻ, എല്ലാവർക്കും പാർപ്പിടം ഉറപ്പു ചെയ്യുന്ന ലൈഫ് മിഷൻ എന്നിവയാണവ. സർവ്വ തല സ്പർശിയായ നവകേരള മിഷൻ വളർച്ചയിലേക്കുള്ള പുതിയ ചുവടുവയ്പാണ്.

# 4

# 1957 ന്റെ തുടർച്ചയും വളർച്ചയും

**ജാ**തി–ജന്മി–നാടുവാഴി വ്യവസ്ഥയെ പിന്തള്ളി കേരളം ബഹുദൂരം മുന്നോട്ടുപോയി. സ്വാഭാവിക പരിണാമമല്ല അത്. സമരങ്ങളിലൂടെ സൃഷ്ടിച്ചെടുത്ത ഗുണപരമായ മാറ്റമാണ്. സമരങ്ങളും അവയ്ക്കു നേതൃത്വം നല്കാൻ പുരോഗമനപ്രസ്ഥാനവും ഇല്ലായിരുന്നെങ്കിൽ, പല വടക്കേ ഇന്ത്യൻ സംസ്ഥാനങ്ങളുടെയും ജീർണ്ണപ്പതിപ്പായി തുടരുമായിരുന്നു കേരളം. സാമൂഹ്യരംഗത്ത് ജാതിയും സാമ്പത്തികരംഗത്ത് ജന്മിത്തവും രാഷ്ട്രീയരംഗത്ത് നാടുവാഴിത്തവും അധീശത്വം തുടരുമായിരുന്നു. ജന്മിത്തത്തിനും സാമ്രാജ്യത്വത്തിനും എതിരായ സമരങ്ങളാണ് ആധുനിക കേരളം സൃഷ്ടിച്ചത്. സാമൂഹ്യപരിഷ്കരണ പ്രസ്ഥാനമാണ് കേരളത്തെ മാറ്റിയതെന്ന വാദത്തിന് അർഹതയിൽ കൂടുതൽ പ്രാധാന്യം നല്കേണ്ടതില്ല. മറ്റു സംസ്ഥാനങ്ങളിൽ പലതിലും സാമൂഹ്യപരിഷ്കരണപ്രസ്ഥാനങ്ങൾ ഉണ്ടായിട്ടുണ്ട്. പക്ഷേ, അവയൊന്നും പില്ക്കാലത്ത് കേരളം കൈവരിച്ച മാറ്റവും വളർച്ചയും ആർജ്ജിച്ചില്ല. ആദിവാസി–ദളിത് പീഡനങ്ങൾ ഉത്തരേന്ത്യൻ സംസ്ഥാനങ്ങളുടെ മാത്രമല്ല പല ദക്ഷിണേന്ത്യൻ സംസ്ഥാനങ്ങളുടെയും വിളിപ്പേരാണ്. സവർണ്ണ ജാതി– നാടുവാഴി വ്യവസ്ഥയുടെ അടിത്തറ ജന്മിത്തമാണ്. ജന്മിത്തത്തെ തകർത്തതാണ് കേരളത്തിന്റെ നേട്ടം.

ത്യാഗപൂർണ്ണമായ സമര പരമ്പരകളുടെ ഒരു ഘട്ടമായിരുന്നു 1957 ഏപ്രിൽ 5 ന് അധികാരത്തിലെത്തിയ ഇ എം എസ് സർക്കാർ. അധികാരമേറ്റെടുത്ത ആറാം നാൾ, ഏപ്രിൽ 11 ന് ദൂരവ്യാപക പ്രതിഫലനങ്ങളുണ്ടാക്കിയ കുടിയൊഴിപ്പിക്കൽ നിരോധന ഓർഡിനൻസ് സർക്കാർ പുറപ്പെടുവിച്ചു. സമഗ്രമായ ഒരു ഭൂപരിഷ്കരണ നിയമം പാസാക്കി ഇന്ത്യൻ

പ്രസിഡന്റിന്റെ അനുമതി ലഭിക്കുന്നതിനുണ്ടായേക്കാവുന്ന കാലവിളംബം മുതലാക്കി വൻതോതിലുള്ള ഭൂമി കൈമാറ്റം സംഭവിക്കുമെന്ന് മുൻകൂട്ടിക്കണ്ടാണ് കുടിയൊഴിപ്പിക്കൽ നിരോധന ഓർഡിനൻസ് പുറപ്പെടുവിച്ചത്. അത്തരമൊരു നടപടി കൈക്കൊണ്ടില്ലായിരുന്നെങ്കിൽ ഒരിഞ്ചുപോലും ഭൂമി വിതരണത്തിന് ലഭിക്കുകയില്ലായിരുന്നു. ഭൂപരിഷ്കരണ നിയമം 1959 ജൂണിൽ നിയമസഭ അംഗീകരിച്ചു.

ഇന്നത്തെ കേരളത്തിന് അടിത്തറ പാകിയത് ഭൂപരിഷ്കരണ നിയമമാണ്. നിയമംമൂലം മര്യാദപ്പാട്ടം നിജപ്പെടുത്തി. കുടിയൊഴിപ്പിക്കൽ നിരോധിച്ചു. നഷ്ടപരിഹാരം നല്കി ഭൂമി സ്വന്തമാക്കാൻ കുടികിടപ്പുകാരെ പ്രാപ്തമാക്കി. കുടുംബത്തിന് കൈവശം വയ്ക്കാവുന്ന പരമാവധി ഭൂപരിധി നിശ്ചയിക്കപ്പെട്ടു. മിച്ചഭൂമി വിതരണത്തിന് വ്യവസ്ഥ ചെയ്തു. ഭൂപരിഷ്കരണത്തിന്റെ ഫലമായി ലക്ഷക്കണക്കിനു കുടികിടപ്പുകാർക്ക് സ്വന്തമായി ഭൂമിയുണ്ടായി. സാധാരണക്കാരുടെ ജീവിതത്തിന് അർത്ഥവും ലക്ഷ്യവുമുണ്ടായി. അവർ സാമൂഹ്യജീവിതത്തിന്റെ മുഖ്യധാരയിലേക്ക് ആനയിക്കപ്പെട്ടു. ഒപ്പം സവർണ്ണ ജാതിക്കാരായ ജന്മികളുടെ സംഘടിതമായ എതിർപ്പിനും ഭൂപരിഷ്കരണം കാരണമായി.

മറ്റൊരു നിയമനിർമ്മാണമായിരുന്നു വിദ്യാഭ്യാസനിയമം. മാനേജർമാരുടെ ആട്ടും തുപ്പും ഏറ്റുവാങ്ങി കുറഞ്ഞ വേതനത്തിന് ജോലി ചെയ്തിരുന്ന അദ്ധ്യാപകർക്ക് സർക്കാർ നേരിട്ട് ശമ്പളം നല്കുന്നതിന് ബിൽ വ്യവസ്ഥ ചെയ്തു. സ്കൂളുകളുടെ നടത്തിപ്പിന് ഗ്രാന്റും സർക്കാർ ഉറപ്പു നല്കി. നിയമം ലംഘിക്കുന്ന സ്കൂളുകൾ ഏറ്റെടുക്കുന്നതിനും വ്യവസ്ഥയുണ്ടാക്കി. ചക്രവർത്തിമാരെപ്പോലെ വിരാജിച്ചിരുന്ന മാനേജർമാർക്ക് മുണ്ടശ്ശേരിയുടെ ഭാഷയിൽ പറഞ്ഞാൽ, മൂക്കുകയറിടാൻ നടത്തിയ ശ്രമം സ്വാഭാവികമായും ക്രിസ്ത്യൻസഭയുടെ കോപം ക്ഷണിച്ചുവരുത്തി.

മറ്റൊട്ടേറെ ജനാനുകൂല നിയമങ്ങൾ സർക്കാർ അംഗീകരിക്കുകയോ തുടക്കംകുറിക്കുകയോ ചെയ്തു. നഷ്ടപരിഹാരം നല്കാതെ സ്വകാര്യ വനഭൂമി ഏറ്റെടുക്കാനുള്ള നിയമം, തൊഴിൽ തർക്കങ്ങളിൽ പൊലീസ് ഇടപെടൽ അവസാനിപ്പിച്ചുകൊണ്ടുള്ള നിയമം, കാർഷിക കടാശ്വാസ നിയമം, കേരള സർവ്വകലാശാലാനിയമം, പ്രസവാനുകൂല്യനിയമം, പഞ്ചായത്ത്-ജില്ലാ കൗൺസിൽ നിയമങ്ങൾ, സ്ത്രീധന നിരോധനനിയമം, മിനിമം കൂലി നിയമം തുടങ്ങിയവ അവയിൽ ചിലത് മാത്രമാണ്.

ജനതാല്പര്യം മുൻനിർത്തി ഭരണം നടത്തിയ ഇ എം എസ് സർക്കാരിനെ 28 മാസം മാത്രം ഭരിക്കാനേ കേന്ദ്രഭരണ കക്ഷിയായ കോൺഗ്രസ് അനുവദിച്ചുള്ളൂ. കുപ്രസിദ്ധമായ വിമോചന സമരത്തെത്തുടർന്ന് 1959 ജൂലൈ 31 ന് നിയമസഭയിൽ ഭൂരിപക്ഷമുണ്ടായിരുന്നിട്ടും കേന്ദ്രസർക്കാർ പിരിച്ചുവിട്ടു.

ഇ എം എസ് മന്ത്രിസഭയിൽ ജയിൽ–ആഭ്യന്തര–നിയമ വകുപ്പു മന്ത്രിയായിരുന്ന ജസ്റ്റിസ് വി ആർ കൃഷ്ണയ്യർ ഇപ്രകാരം എഴുതുന്നു:

> കമ്യൂണിസ്റ്റ് ഭരണത്തിന് സ്വീകാര്യത ലഭിച്ചു തുടങ്ങിയതോടെ പള്ളിക്കാർ അസ്വസ്ഥരും പ്രതിപക്ഷ പാർട്ടികൾ കോപാകുലരുമായി. ഭൂപരിഷ്കരണവും ക്ഷേമനടപടികളും സ്വകാര്യമാനേജ്മെന്റുകളുടെ പിടിയിൽനിന്ന് വിദ്യാഭ്യാസത്തെ മോചിപ്പിക്കലും കൃഷി, ജലസേചനം, വൈദ്യുതി എന്നീ രംഗങ്ങളിലെ പുരോഗമനപരമായ നയങ്ങളുമെല്ലാം ചേർന്നപ്പോൾ പ്രതിപക്ഷത്തിന്റെ അടിത്തറ ഇളകിത്തുടങ്ങി. തുടർന്നായിരുന്നു അവസരവാദസംഘങ്ങളുടെ മുൻനിരയിൽ വിമോചനസമരം. ഇന്ദിരാഗാന്ധിയും സുചേതാകൃപലാനിയും ഒക്കെ നയിച്ച കോൺഗ്രസിന്റെയും ഏതാണ്ട് ഭീകരവാദികളെപ്പോലെയായി മാറിയ പള്ളിയുടെയും സാമുദായികശക്തികളുടെയുമൊക്കെ അംഗീകാരത്തോടെ ഭരണഘടനാവിരുദ്ധമായ നടപടികളിലേക്ക് സമരം നീങ്ങി. അർദ്ധഭീകരവാദദൗത്യത്തോടെയുള്ള അക്രമാസക്തസമരത്തിന്റെ നേതൃ റോളായിരുന്നു എൻ എസ് എസ് നായകനായിരുന്ന ബഹുമാന്യനായ മന്നത്ത് പത്മനാഭന്. കമ്യൂണിസ്റ്റ് വിരുദ്ധതയുടെ പേരിൽ പള്ളിയുടെ കായിക പിന്തുണയും സമരത്തിനുണ്ടായി. മുസ്ലീം ലീഗടക്കമുള്ള വർഗ്ഗീയശക്തികളും പട്ടം താണുപിള്ളയെപ്പോലുള്ള പ്രഗത്ഭമതികളും സർക്കാരിനെതിരെ അണിനിരന്നു. വിമോചനസമരമെന്നായിരുന്നു പേരെങ്കിലും സർക്കാരിനെ അക്രമത്തിലൂടെ അട്ടിമറിക്കുകയായിരുന്നു അർദ്ധ സൈനിക സ്വഭാവത്തിലുള്ള അക്രമിസംഘങ്ങളുടെ പ്രഖ്യാപിതലക്ഷ്യം. തുടക്കത്തിൽ എല്ലാ അക്രമങ്ങൾക്കും പിന്നിൽ ഗൂഢമായി ഒളിഞ്ഞിരിക്കുകയായിരുന്നു കോൺഗ്രസ്. ആദ്യഘട്ടത്തിൽ ചില ജയങ്ങൾ ലഭിച്ചതോടെ അതിന് രാഷ്ട്രീയ സ്വീകാര്യത നല്കാൻ കോൺഗ്രസ് പരസ്യമായി രംഗത്തുവന്നു.

ജസ്റ്റിസ് കൃഷ്ണയ്യർ തുടരുന്നു:

> കൃഷിഭൂമി കൃഷിക്കാരന് എന്നത് മുദ്രാവാക്യത്തിൽ നിന്നുമാറി നിയമമാകാൻ പോകുന്നതോടെ ഭൂപ്രഭുക്കളിൽ ശത്രുത പടർന്നു. സഭയുടെയും മറ്റു സാമുദായിക സംഘടനകളുടെയും വറ്റാത്ത വരുമാനസ്രോതസ്സും സ്വാധീനശക്തിയുമായിരുന്നു ലാഭക്കച്ചവടമായി സംസ്ഥാനത്തെങ്ങും നിലനിന്ന സ്കൂൾ വ്യവസായം. വിദ്യാഭ്യാസ ബിൽ പാസായതോടെ സഭയ്ക്ക് മുറിവേറ്റു. കലാപവുമായി ഉണർന്നെണീറ്റ അവർ പ്രക്ഷോഭത്തിന്റെ എല്ലാ രീതികളും പുറ

ത്തെടുത്തു. കമ്യൂണിസ്റ്റുകാരെ അധികാരത്തിൽനിന്ന് പിടിച്ചിറക്കാൻ ആഹ്വാനം മുഴങ്ങി. സർക്കാരിനെ സ്ഥാനഭ്രഷ്ടമാക്കാൻ അമേരിക്കയ്ക്കുള്ള താല്പര്യം സുവ്യക്തമായിരുന്നു. മതപരിവേഷത്തിന്റെ മറ പിടിച്ച് സഭ അമേരിക്കൻ ഫണ്ട് ഇവിടേക്ക് ഒഴുകിയെത്താനുള്ള കുഴലായി പ്രവർത്തിച്ചുവെന്ന് ആഭ്യന്തരമന്ത്രിയെന്ന നിലയ്ക്ക് എനിക്കുകിട്ടിയ രഹസ്യപ്പൊലീസ് റിപ്പോർട്ടുകളിൽ തെളിഞ്ഞു. അങ്ങനെ ഭരണഘടനാതീതവും കമ്യൂണിസ്റ്റ് വിരുദ്ധവുമായ ശക്തികളുടെ അവിശുദ്ധസഖ്യം ഉയർന്നുവന്നു. തലപ്പത്ത് സഭയും പണം നല്കി അമേരിക്കയും, ഔപചാരികമായ നേതൃത്വത്തിൽ മന്നത്തുപത്മനാഭനും അടങ്ങുന്നതായിരുന്നു ആ സഖ്യം.

ഒന്നാം ഇ എം എസ് മന്ത്രിസഭ പുറത്താക്കപ്പെട്ടതിനെ തുടർന്ന് പലവുരു ജനങ്ങൾ ഇടതുപക്ഷ ഗവൺമെന്റുകളെ അധികാരത്തിലെത്തിച്ചു. അവയോരോന്നും ഒന്നാം മന്ത്രിസഭ തുടങ്ങിവെച്ച പ്രവർത്തനങ്ങളെ മുന്നോട്ടുകൊണ്ടുപോയി. 1974 ലെ കർഷകത്തൊഴിലാളി നിയമം തൊഴിലാളികൾക്ക് ജോലിയും മിനിമം കൂലിയും ഉറപ്പുനല്കി. ചുമട്ടുതൊഴിലാളികളുടെ ജോലിസമയവും ജോലിഭാരവും നിജപ്പെടുത്തിക്കൊണ്ടുള്ള ചുമട്ടുതൊഴിലാളി നിയമം അംഗീകരിക്കപ്പെട്ടു. തൊഴിലാളി ക്ഷേമ ഫണ്ട് ഏർപ്പെടുത്തിക്കൊണ്ടുള്ള കേരള തൊഴിലാളി ക്ഷേമനിധി നിയമവും കേരള കള്ളു ചെത്തുതൊഴിലാളി ക്ഷേമനിധി നിയമവും അംഗീകരിക്കപ്പെട്ടു. കശുവണ്ടിത്തൊഴിലാളികളുടെ സംരക്ഷണത്തിനായി കുടിവറുപ്പു നിരോധന നിയമം പ്രാബല്യത്തിൽ വരുത്തി.

കൃഷിക്കാരുടെയും തൊഴിലാളികളുടെയും ജീവിത സുരക്ഷിതത്വവും ക്ഷേമവും ഉറപ്പുവരുത്തുന്ന നിരവധിയായ നിയമനടപടികൾ ഇടതുപക്ഷ സർക്കാരുകളുടെ സംഭാവനകളാണ്.

വിദ്യാഭ്യാസ വ്യാപനത്തിന് കൈക്കൊണ്ട സാക്ഷരതാ പ്രസ്ഥാനവും അധികാരവികേന്ദ്രീകരണവും ജനകീയാസൂത്രണവും, ജനാധിപത്യ സംവിധാനത്തെ കൂടുതൽ വിപുലവും ശക്തവുമാക്കി. കൂടുതൽ നീതിനിഷ്ഠവും ജനപങ്കാളിത്തവുമുള്ള വികേന്ദ്രീകൃത ഭരണവ്യവസ്ഥയിലേക്ക് കേരളത്തെ കൈപിടിച്ചുയർത്തിയത് പുരോഗമന പ്രസ്ഥാനങ്ങളും അവ നയിച്ച ജനകീയ സമരങ്ങളും കമ്യൂണിസ്റ്റ്–ഇടതുപക്ഷ ഗവൺമെന്റുകളുമാണ്. ആ ഗവൺമെന്റുകളുടെ തുടർച്ചയും വളർച്ചയുമാണ് നിലവിൽ പിണറായി വിജയന്റെ നേതൃത്വത്തിലുള്ള സർക്കാർ. മുൻ സർക്കാരുകളുടെ നേട്ടങ്ങൾക്ക് മേൽ കാലുറപ്പിച്ചുകൊണ്ടാണ് ഗവൺമെന്റ് സമഗ്രവികസനത്തിന്റെ പാത തെളിയിക്കുന്നത്.

ഭൂപരിഷ്കരണം ജന്മിത്തത്തിന് അന്ത്യം കുറിച്ചു. നിസ്വവർഗ്ഗത്തെ മണ്ണിന് ഉടമകളാക്കി. ഓരോരുത്തർക്കും ലഭിച്ച തുണ്ടുഭൂമി അവർക്ക്

തൊഴിലും സ്വന്തമായ വരുമാനവും പ്രദാനം ചെയ്തു. ഭൂപരിഷ്കരണത്തിന്റെ ആദ്യ നാളുകളിൽ ഉണ്ടായ കാർഷികോല്പാദന വർദ്ധന നിരക്ക് തുടർവർഷങ്ങളിൽ നിലനിർത്താനായില്ല. ഉല്പാദനത്തിലെ ഇടിവും ഭൂമിയുടെ മറ്റ് ആദായകരമായ ഉപയോഗസാദ്ധ്യതയും ചേർന്ന് കടുത്ത കാർഷിക പ്രതിസന്ധിയുണ്ടാക്കി. കൃഷിഭൂമിയുടെ വിശേഷിച്ചും നെൽവയലുകളുടെ വിസ്തൃതി, ക്രമമായി ചുരുങ്ങി. ഈ കുറവ് പരിഹരിച്ച് കൃഷിയുടെ ഉല്പാദനക്ഷമത ഉയർത്താനുള്ള കർമ്മപരിപാടികളാണ് സർക്കാരിന്റെ വികസനതന്ത്രത്തിന്റെ ഒരു ഭാഗം.

തൊഴിലാളികളുടെ കൂലിയും ജോലിസ്ഥിരതയും ഉറപ്പാക്കുന്നതോടെ തൊഴിൽ മേഖലയിലെ പ്രശ്നങ്ങൾ തീരുന്നില്ല. രാജ്യത്ത് ഏറ്റവും ഉയർന്ന തൊഴിലില്ലായ്മ നിരക്കുള്ള സംസ്ഥാനമാണ് കേരളം. കൂടുതൽ തൊഴിലവസരങ്ങൾ സൃഷ്ടിക്കപ്പെടേണ്ടതുണ്ട്. സർക്കാർ മേഖലയിലെ തൊഴിൽ വർദ്ധനാസാദ്ധ്യത പരിമിതമാണ്. കാർഷികമേഖലയുടേതെന്നപോലെ വ്യവസായ–സേവനമേഖലകളുടെ വളർച്ച തൊഴിലവസരങ്ങളുയർത്താൻ പ്രധാനമാണ്. വ്യാവസായികമായി ഏറെ പിന്നോക്കമാണ് കേരളം. വ്യവസായ വളർച്ചയ്ക്ക് അത്യന്താപേക്ഷിതമാണ് അടിസ്ഥാന പശ്ചാത്തല സൗകര്യങ്ങൾ. വീതിയും നീളവുമുള്ള റോഡുകൾ, പാലങ്ങൾ, തുറമുഖങ്ങൾ, വൈദ്യുതി നിലയങ്ങൾ തുടങ്ങിയ പശ്ചാത്തല സൗകര്യങ്ങൾ വികസിപ്പിക്കുന്നതിന് നല്കുന്ന പ്രാധാന്യമാണ് വികസനതന്ത്രത്തിന്റെ മറ്റൊരുവശം.

പശ്ചാത്തല സൗകര്യവികസന പ്രവർത്തനങ്ങൾ ഒരേ സമയം മൂന്നു നേട്ടങ്ങൾ കൈവരുത്തുന്നു. പശ്ചാത്തല സൗകര്യം വികസിക്കുകയും നിക്ഷേപാനുകൂല സാഹചര്യം ഒരുക്കുകയും ചെയ്യുന്നു എന്നതാണ് ഒരു നേട്ടം. റോഡ്, പാലങ്ങൾ, തുറമുഖങ്ങൾ എന്നിത്യാദി മേഖലകളിൽ തൊഴിലും തൊഴിലെടുക്കുന്നവർക്ക് വരുമാനവും ഉറപ്പാക്കുന്നുവെന്നതാണ് രണ്ടാമത്തെ നേട്ടം. സമാന്തരമായി കാർഷിക വ്യവസായ സംരംഭങ്ങളിലെ വർദ്ധിച്ച നിക്ഷേപവും ഉല്പാദനവും ജനങ്ങളുടെ വാങ്ങൽശേഷി അന്യ സംസ്ഥാനങ്ങളിലേക്ക് ചോർന്നുപോകാതെ കേരളത്തിൽത്തന്നെ നിലനിർത്താൻ സഹായിക്കുന്നുവെന്നാണ് മൂന്നാമത്തെ നേട്ടം.

പശ്ചാത്തല സൗകര്യവികസനത്തിനാവശ്യമായ നിക്ഷേപത്തിന് ദീർഘവീക്ഷണത്തോടെയും ഭാവനാപൂർണ്ണവുമായ വിഭവസമാഹരണതന്ത്രമാണ് വികസനത്തിന്റെ മറ്റൊരു വശം കിഫ്ബി എന്ന് ചുരുക്കപ്പേരിൽ അറിയപ്പെടുന്ന കേരള ഇൻവെസ്റ്റ്മെന്റ് ആന്റ് ഇൻഫ്രാസ്ട്രക്ചർ ഫണ്ട് ബോർഡ് എന്ന സ്ഥാപനത്തിന്റെ ശാക്തീകരണം വിഭവ സമാഹരണത്തിലെ പുത്തൻ കാൽവയ്പാണ്.

സാമൂഹ്യസുരക്ഷാ പദ്ധതികളുടെ വ്യാപനം സാധാരണക്കാരുടെ ദൈനംദിന ജീവിതം മെച്ചമാക്കുന്നു. അവരുടെ വരുമാന വർദ്ധന കാർഷിക–വ്യവസായ–സേവന ഉല്പന്നങ്ങളുടെ വിപണി വിപുലപ്പെടുത്തുന്നു. സാധനങ്ങൾക്കും സേവനങ്ങൾക്കും ആവശ്യമുയർത്തുന്നു. നിക്ഷേപം പ്രോത്സാഹിപ്പിക്കപ്പെടുന്നു. സാമൂഹ്യസുരക്ഷാ പദ്ധതികൾ അവശവിഭാഗങ്ങളുടെ ജീവിതം മെച്ചപ്പെടുത്തുക മാത്രമല്ല ചെയ്യുക. വിതരണം ചെയ്യപ്പെട്ട മൂവായിരം കോടിരൂപാ ക്ഷേമപെൻഷൻ വിപണി ശക്തിപ്പെടുത്തുക കൂടിയാണ്.

# 5

# ചരക്ക് സേവന നികുതി

**വ**ളരെ സങ്കീർണ്ണമാണ് ഇന്ത്യയിലെ നികുതി വ്യവസ്ഥ. പലതരം നികുതികൾ. പല നിരക്കുകൾ. ചിലവ കേന്ദ്രം ചുമത്തുന്നു. മറ്റു ചിലവ സംസ്ഥാനം ചുമത്തുന്നു. ചിലവ കേന്ദ്രം ചുമത്തി സംസ്ഥാനങ്ങളുമായി പങ്കിടുന്നു. ഒന്നിനുമില്ല ഐകരൂപ്യം. ലളിതവും രാജ്യത്തിനാകെ ബാധകവുമായ ഏകീകൃത നികുതി സമ്പ്രദായം ആവിഷ്കരിക്കണമെന്ന നിർദ്ദേശം വളരെ പഴക്കമുള്ളതാണ്. കേന്ദ്രവും സംസ്ഥാനങ്ങളും തമ്മിലെ സുദീർഘവും വിശദവുമായ പര്യാലോചനകളെത്തുടർന്ന് അവസാനം രാജ്യത്തിനാകെ ബാധകമായ നികുതി സമ്പ്രദായം ചരക്കു-സേവന-നികുതി 2017 ജൂലൈ 1 മുതൽ നിലവിൽ വന്നു.

ഈ സമ്പ്രദായത്തിന് നിരവധി സവിശേഷതകളുണ്ട് ചരക്കുകളും സേവനങ്ങളും ഒരേ നികുതി സമ്പ്രദായത്തിനുകീഴിൽ വരുന്നു എന്നതാണ് ഒരു പ്രത്യേകത. നിലവിൽ കേന്ദ്രമാണ് സേവനനികുതി ചുമത്തുന്നത്. മേലിൽ സംസ്ഥാനങ്ങളും സേവന നികുതി ചുമത്തും. ഏകീകൃത നികുതി നിരക്കു നിലവിൽ വരുന്നതോടെ സംസ്ഥാനങ്ങൾ തമ്മിൽ നിരക്കുവ്യത്യാസം ഇല്ലാതാകും. ഒരു രാജ്യം ഒരു നികുതി എന്ന രീതി നിലവിൽ വരും. ഉല്പാദനത്തിന്മേലല്ല നികുതി ചുമത്തുക. വില്ക്കപ്പെടുന്നിടത്താണെന്ന പ്രധാന പ്രത്യേകതയുമുണ്ട്. നിലവിലുള്ള നിരവധിയായ നികുതികൾ ചരക്കു-സേവന നികുതിക്ക് കീഴ്പ്പെടും.

ചരക്കു-സേവന നികുതി നിലവിൽ വരുന്നതോടെ, താഴെപ്പറയുന്ന കേന്ദ്രനികുതികൾ, അതിനു കീഴ്പ്പെടും.

1. കേന്ദ്ര എക്സൈസ് തീരുവ
2. അധിക എക്സൈസ് തീരുവ
3. പ്രത്യേക അധിക കസ്റ്റംസ് തീരുവ

4. സേവന നികുതി
5. സെസ്സുകളും സർചാർജ്ജുകളും

അതുപോലെ താഴെപ്പറയുന്ന സംസ്ഥാന നികുതികളും കീഴ്പ്പെടും.

1 വാറ്റ്
2. കേന്ദ്ര വില്പനനികുതി
3. വാങ്ങൽനികുതി
4. ആഢംബര നികുതി
5. പ്രവേശന നികുതി
6. വിനോദ നികുതി
7. പരസ്യ നികുതി
8. ലോട്ടറി–ചൂതാട്ട നികുതി
9. സംസ്ഥാന സെസ്സുകളും സർചാർജ്ജുകളും.

ചില വസ്തുക്കൾ ചരക്കു–സേവന നികുതിയുടെ പരിധിയിൽനിന്ന് ഒഴിവാക്കപ്പെട്ടിട്ടുണ്ട്. മദ്യം, പെട്രോൾ, ഡീസൽ, പ്രകൃതിവാതകം, വിമാന ഇന്ധനം എന്നിവയാണവ.

നികുതികൾ പൊതുവെ രണ്ടായി തിരിക്കാം. പ്രത്യക്ഷ നികുതികളും പരോക്ഷ നികുതികളും. ഒടുക്കിയ നികുതിയുടെ ഭാരം മറ്റൊരാളിലേക്ക് കൈമാറാൻ കഴിയുന്നവയാണ് പരോക്ഷ നികുതികൾ. കേന്ദ്ര എക്സൈസ് തീരുവ, കേന്ദ്ര–സംസ്ഥാന വില്പന നികുതികൾ കസ്റ്റംസ് തീരുവ, വിനോദനികുതി, സേവന നികുതി തുടങ്ങിയവയാണ് പ്രധാന പരോക്ഷ നികുതികൾ. ആദായനികുതി കോർപ്പറേറ്റ് നികുതി തുടങ്ങിയവയാണ് പ്രത്യക്ഷ നികുതികൾ. അവയുടെ നികുതിഭാരം കൈമാറാനാവുകയില്ല

പരോക്ഷ നികുതികളുടെ പ്രധാന പോരായ്മ, ഒരു സാധനത്തിനു മേൽ ചുമത്തപ്പെട്ട നികുതിക്കു മേൽ വീണ്ടും നികുതി ചുമത്തപ്പെടുന്നു എന്നതാണ്. അതായത് നികുതിക്കു മേൽ നികുതി. അത് വിലക്കയറ്റത്തിനു ഇടവരുത്തുന്നു. ഉപഭോക്താവ് കൂടുതൽ നല്കേണ്ടി വരുന്നു. ഒരു ലളിതമായ ഉദാഹരണം. എ എന്ന ഒരാൾ ബി എന്ന മറ്റൊരാൾക്ക് 100 രൂപയുടെ സാധനം വില്ക്കുന്നു. വില്പന നികുതി 10 ശതമാനം. വാങ്ങുന്നയാൾ 100 രൂപ കൊടുത്താൽ പോരാ. വില്പന നികുതിയും നല്കണം. വില്പനക്കാരൻ നികുതി കൂടി കൂട്ടിച്ചേർത്താണ് വില്ക്കുകക. അതായത് 100 രൂപ സാധനവിലയും 10 ശതമാനം നികുതിയും ചേർത്ത് 110 രൂപയ്ക്കാണ് വില്ക്കുക. ബി യാകട്ടെ ആ സാധനം സി ക്കു വില്ക്കുന്നു. നികുതി 10 ശതമാനം തന്നെ. 110 രൂപയുടെ 10 ശതമാനം നികുതി കൂട്ടിച്ചേർത്താണ് വില്പന. ശ്രദ്ധിക്കുക. സാധനവില 100 രൂപയാണ് നികുതി കൂട്ടിച്ചേർത്തതുകൊണ്ടാണ് 110 രൂപയായി ഉയർന്നത്. 110 രൂപയുടെ മേൽ 10 ശതമാനം നികുതി ചുമത്തുമ്പോൾ സാധനത്തിന്റെ വിലയായ 100 രൂപയുടെ മേൽ മാത്രമല്ല നികുതി; 110 രൂപയുടെ മേലാണ്. 10 രൂപയുടെ മേലും നികുതി ചുമത്തപ്പെടുന്നു. നികുതിക്കുമേൽ നികുതിയാണിത്. ഇപ്പോൾ വില 121 രൂപ. സി – 121 രൂപയുടെ സാധനം 10 ശത

മാനം നികുതി ചേർത്ത് 133.10 രൂപയ്ക്ക് വില്ക്കുന്നു. വീണ്ടും നികുതിയ്ക്കുമേൽ നികുതി. പരോക്ഷ നികുതിയുടെ ഒരു പ്രശ്നമാണിത്. പ്രശ്നം ഒഴിവാക്കാനുള്ള മാർഗ്ഗം ഓരോ പ്രാവശ്യവും കൂട്ടിച്ചേർക്കപ്പെടുന്ന മൂല്യത്തിനുമേൽ നികുതിചുമത്തുകയാണ്. നികുതിയുടെ മേൽ നികുതി എത്രയാണെന്നു കണക്കാക്കി അത് വകവെച്ചു കൊടുക്കുക.

മേൽ ഉദാഹരണത്തിൽ, എ വില്ക്കുന്നത് 110 രൂപയ്ക്കാണല്ലോ. 10 ശതമാനം നികുതി ചുമത്തി ബി വില്ക്കുമ്പോൾ 10 രൂപയുടെ മേൽ 10 ശതമാനം, അഥവാ ഒരുരൂപ നികുതി ഈടാക്കുന്നു. അതേപോലെ സി വില്ക്കുന്നത് 121 രൂപയ്ക്കാണ്. നികുതി 21 രൂപാ. അതിനു മേൽ 10 ശതമാനം നികുതി. അഥവാ 2 രൂപ 10 പൈസ. 133.10 രൂപയ്ക്ക് വില്ക്കുമ്പോൾ 3.30 രൂപ നികുതി ചുമത്തുന്നു. ഇപ്രകാരം നികുതിക്കു മേൽ നികുതി ഭാരം കൂടി വരുന്നതിനെ കാസ്കേഡിങ് ഇഫക്ട് (Cascading effect) എന്നു പറയുന്നു. ഈ സ്ഥിതി ഒഴിവാക്കുന്നതിനാണ് വാല്യു. ആഡഡ് ടാക്സ് അഥവാ വാറ്റ് ഏർപ്പെടുത്തിയത്. ഉല്പാദനത്തിന്റെയോ വില്പനയുടെയോ ഓരോ ഘട്ടത്തിലും കൂട്ടിച്ചേർക്കപ്പെടുന്ന മൂല്യത്തിന്മേൽ നികുതി ചുമത്തുന്ന സമ്പ്രദായമാണത്.

വില്പനയുടെ ഉദാഹരണമാണ് മേൽക്കൊടുത്തത്. ഉല്പാദനത്തിൽ എങ്ങനെയാണ് മൂല്യവർദ്ധനയുണ്ടാകുന്നത് എന്നതിന് ഒരു ഉദാഹരണം.

ഗോതമ്പ് ഉപയോഗിച്ചാണ് റൊട്ടിയുണ്ടാക്കുന്നത്. ഗോതമ്പ് മില്ലിൽ പൊടിച്ച് കുഴമ്പ് പരുവത്തിലാക്കിയാണ് റൊട്ടിയുണ്ടാക്കുന്നത്. മൂല്യവർദ്ധന ഇങ്ങനെ:

| **സാധനവില**<br>രൂപ | **കൂട്ടിച്ചേർത്ത മൂല്യം**<br>രൂപ |
|---|---|
| ഗോതമ്പ് – 20 | 20 |
| ഗോതമ്പ്പൊടി – 25 | 5 |
| കുഴച്ച മാവ്– 27 | 2 |
| റൊട്ടി – 30 | 3 |
| ആകെ | 30 |

വാറ്റ് സമ്പ്രദായം Cascading effect പൂർണ്ണമായും ഒഴിവാക്കുന്നില്ല. ഉല്പാദനത്തിന്മേൽ ചുമത്തുന്നതാണ് എക്സൈസ് തീരുവ. പരോക്ഷ നികുതിയാണത്. ഉല്പാദകനാണ് നികുതി അടയ്ക്കുന്നത്. നികുതി കൂടി കൂട്ടിച്ചേർത്താണ് ഉല്പാദന സംവിധാനത്തിൽനിന്ന് വിപണന സംവിധാനത്തിലേക്കു എത്തിക്കുക. അങ്ങനെ കൂട്ടിച്ചേർത്ത നികുതിക്കുമേൽ (ആകെ വിലയ്ക്കുമേൽ) വീണ്ടും നികുതി ചുമത്തുമ്പോൾ എക്സൈസ് തീരുവയ്ക്കുമേലും നികുതി ചുമത്തപ്പെടും. എക്സൈസ് തീരുവയ്ക്കുമേൽ വില്പന നികുതി ചുമത്തുമ്പോൾ നികുതിക്കുമേൽ നികുതി പ്രശ്നം ഉയരുന്നു. ചരക്കു സേവനനികുതി ഈ പ്രശ്നത്തിന് പരിഹാരമാണ്.

ചരക്ക് –സേവന നികുതിയുടെ ഏറ്റവും പ്രധാന പ്രത്യേകത, എല്ലാ തലങ്ങളിലുമുള്ള ഇരട്ടി നികുതി സമ്പ്രദായം ഒഴിവാക്കപ്പെടുന്നു എന്ന താണ്. വാറ്റ് സമ്പ്രദായം നിലവിൽ വന്നശേഷവും എക്സൈസ് തീരുവ യുടെ കാര്യത്തിൽ ഇരട്ടി നികുതി തുടരുകയായിരുന്നു. ഉല്പാദനത്തി ന്മേൽ ചുമത്തുന്നതാണ് എക്സൈസ് തീരുവ. വാറ്റിനുശേഷവും അതു തുടരുകയായിരുന്നു. അതായത് വാറ്റ് സമ്പ്രദായത്തിന് ഇരട്ട നികുതി പൂർണ്ണമായും ഒഴിവാക്കാൻ കഴിഞ്ഞിരുന്നില്ല. അതിനൊരു പരിഹാരമാണ് ചരക്കു സേവന നികുതി. ഉല്പാദകൻ നല്കിയ നികുതിക്കുമേൽ നികുതി ഒഴിവാക്കാൻ ചരക്കു–സേവന നികുതി വ്യവസ്ഥ ചെയ്യുന്നുണ്ട്. ആ വ്യവ സ്ഥയാണ് ഇൻപുട്ട് ക്രെഡിറ്റ് സമ്പ്രദായം. പുതിയ സമ്പ്രദായത്തിന്റെ ആണിക്കല്ലും അതുതന്നെ.

ഉദാഹരണമായി ഒരു ഫർണിച്ചർ വ്യവസായി തടിയും മെഴുകും ആണിയും പോളീഷും വാങ്ങുന്നു. നികുതിയടച്ചാണ് അവ വാങ്ങിയത്. 1000 രൂപയാണ് ആകെ നല്കിയ നികുതി എന്നു കരുതുക. ഫർണിച്ചർ നിർമ്മാണത്തിൽ ഉപയോഗിച്ച (Put into it = Inputs) ആണ് അവ. തടിയും മെഴുകും, ആണിയും പോളീഷും വാങ്ങിയപ്പോൾ നല്കിയ നികുതിയാണ് ഇൻപുട്ട് ടാക്സ് (Input tax).

ഇനി ഫർണിച്ചർ വില്പനയുടെ കാര്യം നോക്കാം. ഉല്പാദകൻ മൊത്ത വ്യാപാരിക്കു വില്ക്കുമ്പോൾ നികുതി ചേർത്ത വിലയ്ക്കാണു വില്ക്കുക. അത് ഔട്ട്പുട്ട് ടാക്സ് (Output Tax) ആണ് ശ്രദ്ധിക്കുക. ഇൻപുട്ട് ടാക്സും ചേർത്ത വിലയ്ക്കാണ് വില്ക്കുക. ഇൻപുട്ട് ടാക്സും ചേർത്ത വിലയുടെ മേലാണ് ഔട്ട്പുട്ട് ടാക്സ് ചുമത്തുന്നത്. അതായത് ഇൻപുട്ട് ടാക്സിനു മേൽ ഔട്ട്പുട്ട് ടാക്സ് ചുമത്തുന്നു എന്നു സാരം. ഔട്ട്പുട്ട് ടാക്സ് 1500 രൂപയാണെന്നു കരുതുക. ഇൻപുട്ട് ടാക്സ് 1000 രൂപയും. എന്താണ് ഇരട്ട നികുതി ഒഴിവാക്കാനുള്ള മാർഗ്ഗം? എളുപ്പവഴി ഇൻപുട്ട് ടാക്സ് വകവെച്ചു നല്കുക തന്നെ. അതിനുള്ള ക്രെഡിറ്റ് നല്കുക. ഇതാണ് ഇൻപുട്ട് ടാക്സ് ക്രെഡിറ്റ് സമ്പ്രദായം 1500 രൂപയിൽ – 1000 രൂപ ഇൻപുട്ട് ടാക്സ് ക്രെഡിറ്റ് ആയി നല്കുക. വ്യവസായി അടുത്ത റിട്ടേൺ നല്കുമ്പോൾ ഇൻപുട്ട് ടാക്സ് അയാൾക്ക് അനുവ ദിച്ചു കിട്ടും. മൊത്തവ്യാപാരി ചില്ലറ വ്യാപാരിക്കു വില്ക്കുമ്പോഴും അനു വർത്തിക്കുന്നതും ഈ രീതി തന്നെ.

വസൂലാക്കിയ നികുതിയിൽനിന്ന് കൊടുത്ത നികുതി കുറയ്ക്കുന്ന രീതിയാണിത്.

സേവന നികുതിയാണ് മറ്റൊരു പ്രധാന പ്രശ്നം. ഭരണഘടനയിൽ സേവന നികുതിയെക്കുറിച്ച് പരാമർശമില്ല. അത് പിന്നീടാണ് ഏർപ്പെടു ത്തിയത്. കേന്ദ്രസർക്കാരിന്റെ പ്രധാന വരുമാനസ്രോതസ്സുകളിലൊന്നാ ണത്. 2017–18 ലെ കേന്ദ്രബജറ്റ് പ്രതീക്ഷിക്കുന്നത് 12.75 ലക്ഷം കോടി രൂപയുടെ സേവനനികുതി വരുമാനമാണ്. നിലവിൽ 15 ശതമാനമാണ് സേവന നികുതി നിരക്ക്. സംസ്ഥാന വരുമാനത്തിന്റെ 62.24 ശതമാന

മാണ് സേവനമേഖലയുടെ സംഭാവന. 11.58 ശതമാനം കാർഷികമേഖലയും 26.18 ശതമാനം വ്യവസായ മേഖലയും സംഭാവന ചെയ്യുന്നു. കേന്ദ്രം സമാഹരിക്കുന്ന സേവന നികുതിയുടെ നിശ്ചിത ഭാഗം ധനകാര്യകമ്മീഷൻ ശുപാർശ പ്രകാരം സംസ്ഥാനങ്ങളുമായി പങ്കിടുന്നുണ്ട്. സംസ്ഥാനങ്ങൾക്ക് സേവന നികുതി പിരിക്കാൻ അവകാശമില്ല. സേവന നികുതി കൂടി ഉൾപ്പെടുത്തി ചരക്കു–സേവനനികുതി നടപ്പിലാക്കപ്പെടുന്നതോടെ സംസ്ഥാന സർക്കാരിന്റെ വരുമാനത്തിൽ വർദ്ധനയുണ്ടാകും.

ചരക്കുകളും സേവനങ്ങളും ഒരേ നികുതി സംവിധാനത്തിനുകീഴിൽ ഏകോപിപ്പിക്കുന്നു. പുതിയ സമ്പ്രദായം. 2006–07 ലെ കേന്ദ്ര ബജറ്റിലാണ് നികുതി നിർദ്ദേശം ഉന്നയിക്കപ്പെട്ടത്. അതനുസരിച്ചുള്ള 122–ാം ഭരണഘടനാ ഭേദഗതി ബിൽ ലോക്സഭ 2014 ഡിസംബർ 19 ന് അംഗീകരിച്ചു. സുദീർഘമായ ചർച്ചകൾക്കും കൂടിയാലോചനകൾക്കുമൊടുവിൽ 2017 ഏപ്രിൽ 6 ന് രാജ്യസഭയും നിയമം അംഗീകരിച്ചു. നാലു ബില്ലുകളാണ് അംഗീകരിക്കപ്പെട്ടത്. കേന്ദ്ര ജി എസ് ടി ബിൽ, സംയോജിത ജി എസ് ടി ബിൽ, ജി എസ് ടി (സംസ്ഥാന നഷ്ടപരിഹാരബിൽ), യൂണിയൻ ഭരണ പ്രദേശങ്ങൾക്കുള്ള ജി എസ് ടി ബിൽ. അടുത്തഘട്ടമായി സംസ്ഥാനങ്ങൾ സംസ്ഥാന ജി എസ് ടി ബില്ലുകൾ അംഗീകരിക്കണം. പകുതി സംസ്ഥാനങ്ങൾ അംഗീകരിച്ചാൽ നിയമം നിലവിൽ വന്നതായി കരുതും. കേന്ദ്രസർക്കാരും സംസ്ഥാന സർക്കാരുകളും ഒരേ തീയതി മുതൽ വേണം ചരക്ക്–സേവനനികുതി നടപ്പിൽ വരുത്താൻ. കാരണം കേന്ദ്രത്തിനും സംസ്ഥാനങ്ങൾക്കും ബാധകമായ പൊതു നികുതി സമ്പ്രദായമാണത്.

എല്ലാ ചരക്കുകൾക്കും സേവനങ്ങൾക്കും രാജ്യമൊട്ടാകെ ഒറ്റ നികുതി നിരക്ക് എന്നല്ല മനസ്സിലാക്കേണ്ടത്. മറിച്ച്, ഒരു ചരക്കിനോ സേവനത്തിനോ ഒരു നികുതി നിരക്ക് എന്നാണ്. തേയിലയ്ക്ക് ഇന്ത്യയിലെമ്പാടും 5 ശതമാനമാണ് നികുതി നിരക്ക്. കണ്ണടയ്ക്കും 5 ശതമാനമെന്നല്ല. കണ്ണടയ്ക്ക് ഇന്ത്യയിലെമ്പാടും 12 ശതമാനമാണ് നിരക്ക്. അതേപോലെ ചോക്കലേറ്റിന് 28 ശതമാനം.

നിലവിലെ നികുതി സമ്പ്രദായത്തിൽനിന്നും പല രീതിയിലും വ്യത്യസ്തമാണ് പുതിയ നികുതി.

1. ചരക്കുകളും സേവനങ്ങളും എവിടെ ഉല്പാദിപ്പിക്കുന്നു എന്നതാണ് നിലവിൽ നികുതി ഈടാക്കുന്നതിനു അടിസ്ഥാനം. ഉദാഹരണമായി, പഞ്ചസാര മില്ലിൽനിന്നും പഞ്ചസാരയും സിമെന്റ് ഫാക്ടറിയിൽനിന്ന് സിമന്റും പുറത്തു കടത്തുന്നതിനു മുമ്പായി എക്സൈസ് തീരുവ നല്കിയിരിക്കണം. ഉല്പാദനത്തിന്മേലുള്ള നികുതി എക്സൈസ് തീരുവ ഒഴിവാക്കപ്പെടുന്നതോടെ, ഉല്പാദനത്തിന്മേൽ നികുതി ഇല്ലാതാവും. ചരക്കുകളും സേവനങ്ങളും എവിടെ സപ്ലൈ ചെയ്യുന്നു എന്നതാവും പുതിയ അടിസ്ഥാനം. മഹാരാഷ്ട്രയിൽ ഉണ്ടാക്കിയ ചരക്ക് കേരളത്തിലാണ് സപ്ലൈ ചെയ്യപ്പെടുന്നതെങ്കിൽ കേരളമാണ് നികുതി ചുമത്തുക. മഹാരാഷ്ട്രയല്ല.

എന്നാൽ മുഴുവൻ ചരക്കും കേരളത്തിൽ തന്നെ വില്ക്കപ്പെടണമെന്നില്ല. ഒരു ഭാഗം ബംഗാളിലും മറ്റൊരു ഭാഗം രാജസ്ഥാനിലും വില്ക്കാം. അതാതു ഗവൺമെന്റുകൾ നികുതി സമാഹരിക്കും. ഉല്പാദിപ്പിച്ചതിന്റെ മറ്റൊരു ഭാഗം മഹാരാഷ്ട്രയിൽത്തന്നെ വില്ക്കപ്പെടാം. മഹാരാഷ്ട്ര സർക്കാരാവും ചരക്കു-സേവന നികുതി ചുമത്തുക. ഏതു സ്ഥലത്തു വില്പന എന്നതാണു പരിഗണന.

ഒരു ഇൻഷുറൻസ് കമ്പനിയുടെ ആഫീസും സേവന ഉല്പാദനവും ബോംബെയിലായിരിക്കും. സേവനം നല്കുന്നത് കേരളത്തിലും. കേരള സംസ്ഥാനമാകും നികുതി സമാഹരിക്കുന്നത്.

സുപ്രീം കോടതി വക്കീൽ ഡൽഹിയിൽ കേസ് വാദിക്കുമ്പോൾ ഡൽഹി സർക്കാരും കേരള ഹൈക്കോടതിയിൽ വാദിക്കുമ്പോൾ കേരള സർക്കാരും നികുതി ചുമത്തും.

2. ചരക്ക്-സേവന നികുതി ഇരുനികുതി സമ്പ്രദായമാണ്. കേന്ദ്ര ചരക്കു-സേവന നികുതിയുണ്ട്; സംസ്ഥാന ചരക്കു സേവനനികുതിയുമുണ്ട്. ഒരു ചരക്കിന്റെ അല്ലെങ്കിൽ സേവനത്തിനുമേൽ പകുതി കേന്ദ്രവും പകുതി സംസ്ഥാനവും ചുമത്തുന്നു എന്ന അർത്ഥത്തിലാണ് ഇരു നികുതി എന്നു വിശേഷിപ്പിക്കുന്നത്. 12 ശതമാനമാണ് നികുതിയെങ്കിൽ 6% കേന്ദ്രത്തിനും 6% സംസ്ഥാനങ്ങൾക്കും അവകാശപ്പെട്ടതാണ്.

3. ഇവയ്ക്കു രണ്ടിനും പുറമെ, അന്തർസംസ്ഥാന ചരക്ക് – സേവന സപ്ലൈയിന്മേൽ കേന്ദ്രം നികുതി ചുമത്തും. അതാണ് സംയോജിത ജി എസ് ടി.

4. പരിഷ്കാരം നടപ്പാക്കുമ്പോൾ എല്ലാ സംസ്ഥാനങ്ങളുടെയും വരുമാനത്തിൽ ഒരേ അളവിൽ വർദ്ധനവുണ്ടാകണമെന്നില്ല. നഷ്ടമുണ്ടാകുന്ന സംസ്ഥാനങ്ങൾക്ക് 2015-16 മുതൽ അഞ്ചുവർഷത്തേക്ക് നഷ്ടം കേന്ദ്രം നികത്തും. അതായത്, ചരക്കു-സേവന നികുതി നടപ്പാക്കിയാലും മുമ്പ് സംസ്ഥാനത്തിന് ലഭിച്ചുപോന്ന വരുമാനം തുടർന്നും നിലനിർത്താൻ കേന്ദ്രം സഹായം നല്കും. ഇതിനെ റവന്യൂ-ന്യൂട്രൽ സ്ഥിതി എന്നു പറയുന്നു.

5. ജി എസ് ടി കോംപൻസേഷൻ ബിൽ, സെസ്സ് ഏർപ്പെടുത്തി വരുമാനം സമാഹരിക്കുന്നതിനു വ്യവസ്ഥ ചെയ്യുന്നു. പാൻമസാല നികുതിക്ക് പുറമെ 135 ശതമാനം സെസ്സ് ഏർപ്പെടുത്തും, കല്ക്കരി ടണ്ണിന് 400 രൂപയാണ് സെസ്സ്. പുകയിലയുടെ മേലും സെസ്സുണ്ട്. മറ്റെല്ലാ ചരക്കുകളുടെയും നികുതിയിന്മേൽ 15 ശതമാനമാണ് സെസ്സ്.

6. നാലു നികുതി നിരക്കുകളുണ്ടാകും.

1) പൂജ്യംനിരക്ക്

നിത്യോപയോഗസാധനങ്ങളാണ് ഈ വിഭാഗത്തിൽപെടുന്നത്. ഇറച്ചി, പാൽ, മത്സ്യം. മുട്ട, തൈര്, വെണ്ണ , തേൻ, ശർക്കര, പഴങ്ങൾ, പച്ചക്കറികൾ, പൂക്കൾ, ബ്രെഡ്, ഉപ്പ്, അച്ചടിച്ച പുസ്തക

ങ്ങൾ, സ്റ്റാമ്പുകൾ, സിന്ദൂരം, ദിനപ്പത്രങ്ങൾ, വളങ്ങൾ, ഹാന്റ് ലൂം തുടങ്ങിയ സാധനങ്ങൾക്ക് ചരക്കു സേവന നികുതി ബാധകമല്ല.

2) 5 ശതമാനം നിരക്ക്

1000 രൂപയിൽ കൂടാത്ത വിലയുള്ള ഉടുപ്പുകൾ, പാക്കറ്റുകളിലാക്കിയ ഭക്ഷ്യവസ്തുക്കൾ, 500 രൂപയിൽ കൂടാത്ത ചെരുപ്പുകൾ, ഐസ്, കാപ്പി, തേയില, സുഗന്ധവസ്തുവ്യഞ്ജനങ്ങൾ, മണ്ണെണ്ണ, കൽക്കരി, മരുന്നുകൾ, കശുവണ്ടി, കയർ, ഇൻസുലിൻ മുതലായവ.

3) 12 ശതമാനം നിരക്ക്

1000 രൂപയ്ക്കു മേലുള്ള റെഡിമെയ്ഡ് വസ്ത്രങ്ങൾ, ശീതീകരിച്ച ഇറച്ചി, പഴച്ചാറുകൾ, ആയുർവ്വേദമരുന്നുകൾ, ടൂത്ത് പൗഡർ, കുട, സെൽഫോൺ, സ്പൂണുകൾ, കണ്ണട തുടങ്ങിയ അനവധി സാധനങ്ങൾ.

4) 18 ശതമാനം നിരക്ക്

ഭൂരിപക്ഷം സാധനങ്ങളും ഈ വിഭാഗത്തിലാണ്. മിക്ക ഇനം ബിസ്കറ്റുകൾ, ഐസ്ക്രീം, കോൺഫ്ളേക്സ്, മിനറൽ വാട്ടർ, സ്റ്റീൽ ഉല്പന്നങ്ങൾ, മുളകൊണ്ടുള്ള ഫർണിച്ചർ, കറി പേസ്റ്റുകൾ, സ്കൂൾ ബാഗുകൾ തുടങ്ങിയവ ഉദാഹരണങ്ങളാണ്.

5) 28 ശതമാനം നിരക്ക്

ചോക്കലേറ്റ്, പാൻമസാല, ഷേവിങ് ക്രീം, ഷാംപൂ, ഡൈ, സിറാമിക് ടൈലുകൾ, ബീഡി, വാട്ടർ ഹീറ്ററുകൾ, മോട്ടോർ വാഹനങ്ങൾ തുടങ്ങിയവ. പ്രധാനമായും ആഡംബര സാധനങ്ങളാണ് 28 ശതമാനം ഇനത്തിൽപെടുത്തിയിട്ടുള്ളത്. സ്വർണ്ണത്തിനും ഡയമണ്ടിനും പ്രത്യേക നിരക്കാണ്. സ്വർണ്ണത്തിന് 3 ശതമാനം ഡയമണ്ടിന് 0.25 ശതമാനം. സിഗരറ്റിന് 28 ശതമാനം നികുതിക്കു പുറമെ 200 ശതമാനം സെസ്സും ഉണ്ട്.

സേവനങ്ങൾ

മേൽ കൊടുത്ത നികുതി നിരക്കുകൾ സേവനങ്ങൾക്കും ബാധകമാണ്. എന്നാൽ, ആരോഗ്യസുരക്ഷയും വിദ്യാഭ്യാസവും സേവന നികുതിയിൽനിന്നും ഒഴിവാക്കിയിട്ടുണ്ട്. എ സി യില്ലാത്ത ട്രെയിൻ യാത്ര, ലോക്കൽ ട്രെയിൻ– ബസ് യാത്ര തുടങ്ങിയവയെയും ഒഴിവാക്കിയിട്ടുണ്ട്.

7) വില്പന സംബന്ധിച്ച കണക്കുകൾ സൂക്ഷിക്കുക, സമയാസമയങ്ങളിൽ നികുതി റിട്ടേൺ ഫയൽ ചെയ്യുക, മറ്റു നടപടിക്രമങ്ങൾ പാലിക്കുക തുടങ്ങിയവ ചെറുകിട ഇടത്തരം സ്ഥാപനങ്ങൾക്ക് ബുദ്ധിമുട്ടുണ്ടാക്കും. അവയുടെ വില്പന താരതമ്യേന ചെറുതായിരിക്കും. ആവശ്യത്തിന് ജീവനക്കാരും കമ്പ്യൂട്ടർ സംവിധാനങ്ങളും ഉണ്ടാവുകയില്ല. അങ്ങനെയുള്ള സാധനവില്പനക്കാരുടെ വാർഷിക വിറ്റുവരവ് 75 ലക്ഷം രൂപയിൽ താഴെയാണെങ്കിൽ അവർക്ക് അനുമാനനികുതിക്കു അവകാശമുണ്ട്. സേവനദാതാക്കൾക്ക് ഈ

സൗകര്യം ലഭ്യമല്ല. ഉല്പാദകർ ഒരു ശതമാനം നിരക്കിലും, റെസ്റ്റോറന്റുകൾ 2.5 ശതമാനം നിരക്കിലും മറ്റുള്ളവർ 0.5 ശതമാനം നിരക്കിലും നികുതി നല്കണം. സംസ്ഥാനത്തിനകത്തുള്ള വില്പനയ്ക്കേ അനുമാന നികുതി സൗകര്യമുള്ളൂ. അനുമാന രീതി ഉപയോഗിക്കുന്ന സ്ഥാപനങ്ങൾ നികുതി ചുമത്താൻ പാടില്ല.

8) നികുതി സമ്പ്രദായം സംബന്ധിച്ച ആക്ഷേപങ്ങൾ പരിഹരിക്കുന്നതിന് ജി എസ് ടി കൗൺസിലിന് വ്യവസ്ഥയുണ്ട്. കേന്ദ്ര ധനകാര്യമന്ത്രി ചെയർമാനും സ്റ്റേറ്റ് ചുമതലയുള്ള കേന്ദ്ര റവന്യൂമന്ത്രി, അല്ലെങ്കിൽ ധനമന്ത്രി, സംസ്ഥാന ധനകാര്യമന്ത്രിമാരോ പ്രതിനിധികളോ അടങ്ങുന്നതാണ്, ജി എസ് ടി കൗൺസിൽ. ആകെ അംഗങ്ങളുടെ 50 ശതമാനമാണ് കൗൺസിൽ യോഗത്തിന്റെ കോറം. ഏതു തീരുമാനത്തിനും ഹാജരുള്ള അംഗങ്ങളിൽ 75 ശതമാനത്തിന്റെ പിന്തുണ വേണം.

ചരക്ക്–സേവന നികുതി വന്നതോടെ, പല സാധനങ്ങളുടെയും വില, പരമാവധി വില്പന വിലയേക്കാൾ (എം ആർ പി) കുറയും. കുറവിന്റെ ആനുകൂല്യം ജനങ്ങൾക്കു ലഭ്യമാക്കാൻ വ്യവസായികളും വ്യാപാരികളും പുതിയ താഴ്ന്ന വിലയ്ക്കു വില്ക്കാൻ തയ്യാറാകണം. 12 ശതമാനം നികുതി 5 ശതമാനമാക്കുമ്പോൾ 7 ശതമാനം നികുതിയിളവ് ഉപഭോക്താവിനു ലഭിക്കണം. പലപ്പോഴും ഉല്പാദകനോ വ്യാപാരിയോ വിലകുറയ്ക്കാൻ തയ്യാറായെന്നുവരില്ല. നേരത്തെ നിശ്ചയിച്ച എം ആർ പിക്കു തന്നെ വില്ക്കാൻ ശ്രമിക്കും. ഇതു കൊള്ളലാഭമടിക്കലാണ്. അതിനു പല ന്യായവാദങ്ങളുയർത്താം. എം ആർ പി നിശ്ചയിക്കുന്നത് ഉല്പാദകനോ വില്പനക്കാരനോ ആണ്. ഏകപക്ഷീയമാണ് തീരുമാനം. ഉല്പാദന–വിപണനച്ചെലവുതുക നിശ്ചയിക്കുന്നതും അവർ തന്നെ. ഉപഭോക്താവിനു വില നിശ്ചയിക്കാൻ അധികാരമില്ല. ലേബലിനു പുറത്ത് അച്ചടിച്ച വില നിശ്ചയിച്ചതിന്റെ ആധികാരികതയും അന്വേഷിക്കപ്പെടുന്നില്ല. നികുതി നിരക്കു കുറഞ്ഞെങ്കിലും ഉല്പാദന–വിപണന ചെലവു കൂടി എന്നു സ്ഥാപിക്കുവാൻ വിഷമമുണ്ടാവില്ല. നിലവിൽ എം ആർ പി നിശ്ചയിക്കുന്നത് ഗവൺമെന്റല്ല, ഉല്പാദകനോ വിതരണക്കാരനോ ആണ്. അങ്ങനെ ഉപഭോക്താവിനെ ചൂഷണം ചെയ്ത് വൻ ലാഭമുണ്ടാക്കുന്നു.

കൊള്ളലാഭം തടയുന്നതിനുള്ള സംവിധാനം ചരക്ക്–സേവന നികുതി കൗൺസിൽ ആവിഷ്കരിച്ചിട്ടുണ്ട്. അതാണ് അധികലാഭ നിരോധന അതോറിറ്റി. പരാതികൾ പരിശോധിക്കാനും വിലകുറയ്ക്കാൻ ആവശ്യപ്പെടാനും അധികമായി ഈടാക്കിയ വില തിരിച്ചു നല്കാൻ ഉത്തരവിടാനും അതോറിറ്റിക്ക് അധികാരമുണ്ട്. ശിക്ഷ നല്കാനും രജിസ്ട്രേഷൻ റദ്ദ് ചെയ്യാനും അതോറിറ്റിക്ക് നിയമപരമായി അധികാരമുണ്ട്. ലക്ഷക്കണക്കായ പരാതികൾ എങ്ങനെ, എത്ര വേഗം, കൈകാര്യം ചെയ്തു പരിഹാരം ഉണ്ടാക്കാൻ അതോറിറ്റിക്ക് കഴിയുമെന്നത് സംശയാസ്പദമാണ്.

സംസ്ഥാനങ്ങളുടെ വിവേചനാധികാരം നഷ്ടപ്പെടുത്തുന്നതാണ് ജി എസ് ടി എന്ന വിമർശനമുണ്ട്. സംസ്ഥാനത്തിന് ഏതെങ്കിലും ഇനത്തിന് പ്രത്യേകപരിഗണന നല്കാനോ അല്ലെങ്കിൽ നികുതി കൂട്ടാനോ നിയമത്തിൽ വ്യവസ്ഥയില്ല എന്നതാണ് വിമർശനത്തിന്റെ കാതൽ. ഒരു ദേശീയ വിപണി സൃഷ്ടിക്കാൻ ചരക്കു സേവന നികുതി അനിവാര്യമല്ലെന്നു പ്രമുഖ സാമ്പത്തികശാസ്ത്രജ്ഞനായ ഡോ. പ്രഭാത് പട്നായിക് ചൂണ്ടിക്കാട്ടുന്നു. അമേരിക്ക ജി എസ് ടിയോ വാറ്റോ നടപ്പാക്കിയിട്ടില്ല. നികുതികൾക്ക് ഐകരൂപ്യമില്ല. ഒഴിവാക്കൽ സംബന്ധിച്ചുമില്ല ഐകരൂപ്യം. അമേരിക്കൻ സംസ്ഥാനങ്ങളിലോരോന്നിലും വ്യത്യസ്തങ്ങളായ നിരക്കുകളാണ്. എന്നാൽ, അമേരിക്ക ഒരു ഏകീകൃത വിപണിയല്ല എന്ന വിമർശനം ഒരിക്കലും ഉയർന്നിട്ടില്ല എന്ന് പ്രഭാത് പട്നായിക് ചൂണ്ടിക്കാട്ടുന്നു.

കേരളത്തിന് അങ്ങേയറ്റം ഗുണകരമായ തീരുമാനങ്ങളെടുപ്പിക്കുവാൻ ജി എസ് ടി കൗൺസിലിലെ ശക്തമായ നിലപാടിലൂടെ കേരളത്തിനു കഴിഞ്ഞിട്ടുണ്ട്. കയറിന്റെയും കശുവണ്ടിയുടെയും നികുതി 5 ശതമാനത്തിലേക്കു കുറയ്ക്കുവാൻ കഴിഞ്ഞത് കേരളത്തിന്റെ ഇടപെടലിന്റെ ഫലമായാണ്. സംസ്ഥാന ലോട്ടറിക്ക് 12 ശതമാനവും അന്യസംസ്ഥാന ലോട്ടറിക്ക് 28 ശതമാനവും നികുതി നിശ്ചയിച്ചത് കേരളത്തിന്റെ ഇടപെടലിന്റെ ഫലമായിട്ടാണ്. ലക്ഷക്കണക്കായ ഏജന്റുമാരുടെയും വില്പനക്കാരുടെയും ഉപജീവനം ഉറപ്പാക്കുകയാണ് അതുമൂലം സാക്ഷാൽക്കരിച്ചത്.

# 6

# വായ്പകൾ വൻകിടക്കാർക്ക്

വളരെ പ്രതീക്ഷ ഉണർത്തിയ നടപടിയായിരുന്നു 1969 ലെ ബാങ്ക് ദേശസാല്ക്കരണം. സമൂഹം പൊതുവെ ആ നടപടിയെ സ്വാഗതം ചെയ്തു. ചരിത്രപരം എന്നുപോലും ബാങ്കുദേശസാല്ക്കരണം വിശേഷിപ്പിക്കപ്പെട്ടു.

ദേശസാല്ക്കരണത്തിനു മുമ്പ് ബാങ്കുകളുടെ നിയന്ത്രണം വൻകിട വ്യവസായികൾക്കും വ്യാപാരികൾക്കുമായിരുന്നു. വൻകിടക്കാർക്കുമാത്രം വായ്പകൾ നല്കിപ്പോന്നു. ചെറുകിട–ഇടത്തരം വ്യവസായങ്ങളെ അവഗണിച്ചു. കാർഷിക മേഖലയ്ക്കും ചെറുകിട കച്ചവടക്കാർക്കും വായ്പ നല്കിയില്ല. പുതിയ ബ്രാഞ്ചുകൾ നഗരങ്ങളിൽ മാത്രമാക്കി. ബാങ്കുകളിലെ പണം ചൂതാട്ടത്തിനും അനധികൃത ഇടപാടുകൾക്കും വകമാറ്റി. ഈ പശ്ചാത്തലത്തിലാണ് 1969 ജൂലൈയിൽ 14 ബാങ്കുകൾ ദേശസാല്ക്കരിച്ചത്. ബാങ്കിങ് മേഖലയിലെ ആകെ ഡെപ്പോസിറ്റിന്റെ 85 ശതമാനത്തിന്റെ വിനിയോഗം അതോടെ പൊതു ഉടമസ്ഥതയിലായി. 1980 ഏപ്രിലോടെ എണ്ണം ഇരുപതായി. പിന്നീടു വന്ന ലക്ഷ്യങ്ങൾക്കും മാറ്റങ്ങൾക്കും ശേഷം ഇപ്പോൾ പൊതു മേഖലാ ബാങ്കുകളാണ് രാജ്യത്തുള്ളത്. എസ് ബി ഐ ഗ്രൂപ്പിൽ പെട്ട 6 ബാങ്കുകളുമുണ്ട്.

ബാങ്കുദേശസാല്ക്കരണത്തിന്റെ സാമൂഹ്യ ഉള്ളടക്കമാണ് അതിനു പൊതു സമ്മതി കൊടുത്തത്. ശരിയായ നടപടിയായി ദേശസാല്ക്കരണം പുകഴ്ത്തപ്പെട്ടു.

ദേശസാല്ക്കരണത്തെത്തുടർന്ന് പൊതുമേഖലാ ബാങ്കുകൾ ഗണ്യമായ വളർച്ച കൈവരിച്ചു. ബ്രാഞ്ചുകളുടെ എണ്ണം കൂടി. ഡെപ്പോസിറ്റ് വർദ്ധിച്ചു. പ്രവർത്തനമേഖല വിപുലമായി. മുൻഗണനാ മേഖലകൾക്കു വായ്പ ലഭ്യമാക്കാൻ തുടങ്ങി.

എന്നാൽ സമാന്തരമായി മറ്റൊന്നുകൂടി സംഭവിച്ചു. കോർപ്പറേറ്റു സ്ഥാപനങ്ങൾ വളർന്നുകൊണ്ടിരുന്നു. ഗവൺമെന്റിന്റെ പിന്തുണ മാത്രമായിരുന്നില്ല കാരണം. തീർച്ചയായും പൊതുമേഖലയിൽ വികസിപ്പിച്ചെടുത്ത പശ്ചാത്തലസൗകര്യം നല്ല രീതിയിൽ കോർപ്പറേറ്റുകളുടെ വളർച്ചയ്ക്കു വളമായി. ഒപ്പം ബാങ്കുകളുടെ, വിശേഷിച്ചും ദേശസാല്കൃതബാങ്കുകളുടെ സഹായം കോർപ്പറേറ്റുകളുടെ വളർച്ചയ്ക്കു പിന്തുണയേകി. കോർപ്പറേറ്റുകൾ വൻതോതിൽ പൊതു മേഖലാ ബാങ്കുകളിൽ നിന്നും വായ്പ കരസ്ഥമാക്കി. ബാങ്കുമേധാവികളുടെ സഹകരണവും ഗവൺമെന്റിന്റെ ഇടപെടലുകളുമാണ് ബാങ്കുവായ്പകൾ കോർപ്പറേറ്റുകളിലേക്കു ഒഴുകാൻ കാരണമായത്. ഭരണകൂടവും, നേതൃത്വം നല്കുന്ന സർക്കാരും കോർപ്പറേറ്റുകൾക്ക് ഒപ്പം നിന്നത് വായ്പകൾ ചോർത്തുന്നതിനു ബലമേകി. കോർപ്പറേറ്റുകളും ബാങ്കുകളും തമ്മിൽ സൗഹൃദം അങ്ങനെ വളർന്നു. ആ സൗഹൃദം പൊതുമേഖലാ ബാങ്കുകളുടെ അടിത്തറ തോണ്ടുന്ന സ്ഥിതിയിലേക്ക് ഇപ്പോൾ എത്തിയിരിക്കുന്നു.

രാജ്യത്തെ ബാങ്കിങ് മേഖല ശരിക്കും പ്രതിസന്ധിയിൽ അമർന്നിരിക്കുകയാണ്. പുറമെ പ്രകടമാവുന്ന നിശ്ശബ്ദത അകത്തില്ല. അനിവാര്യമായ തകർച്ചയിലേക്ക് ബാങ്കിങ് മേഖല നീങ്ങുകയാണെന്ന് വിലയിരുത്തുന്നവർ കുറവല്ല. തകർച്ച ഒരു പക്ഷേ, പെട്ടെന്ന് ഉണ്ടായെന്നുവരില്ല. ഗൗരവവും ഫലപ്രദവുമായ ഇടപെടലുകളുടെ അഭാവം, തകർച്ച അനിവാര്യമാക്കാം.

ലളിതമായി, പ്രതിസന്ധിയുടെ ഉള്ളടക്കം ഇതാണ്. വൻകിട കോർപ്പറേറ്റുകൾക്ക് കൈയയച്ച് വായ്പ നല്കി. കോർപ്പറേറ്റുകൾ മുതലും പലിശയും തിരിച്ചടയ്ക്കുന്നില്ല. കിട്ടാക്കടം പെരുകി. അതു വകവെക്കാതെ വീണ്ടും വായ്പ നല്കി. തിരിച്ചടവു മുടങ്ങിയതോടെ ബാങ്കുകളുടെ മൂലധന അടിത്തറ ശോഷിച്ചു. വായ്പ നല്കാനുള്ള ശേഷി കുറഞ്ഞു. കിട്ടാക്കടം പിരിക്കുന്നതിലെ മൃദുസമീപനം പ്രശ്നം സങ്കീർണ്ണമാക്കി. പുതിയ ആവശ്യങ്ങൾക്കു വായ്പ നല്കാനുള്ള കഴിവു ചുരുങ്ങിയതോടെ മൊത്തം വായ്പയുടെ അളവു കുറഞ്ഞു. വായ്പയേക്കാൾ കൂടുതലായി നിക്ഷേപ വർദ്ധന. വായ്പാ–ഡെപ്പോസിറ്റ് അനുപാതം ഇടിഞ്ഞു. കൃഷിക്കും കൈത്തൊഴിലുകാർക്കും ചെറുകിട വ്യവസായികൾക്കും കച്ചവടക്കാർക്കും ലഭ്യമാകേണ്ടിയിരുന്ന വായ്പയാണ് തടസ്സപ്പെട്ടത്. അതായത് ബാങ്കുകൾ സൃഷ്ടിച്ച പ്രശ്നം സമ്പദ് വ്യവസ്ഥയെ ബാധിക്കാൻ തുടങ്ങി. മറ്റൊരു രീതിയിലും ബാങ്കു വായ്പകൾ തടസ്സപ്പെട്ടു. കിട്ടാക്കടത്തിന്റെ വൻതോതിലുള്ള വർദ്ധന, വായ്പ നല്കാനുള്ള ബാങ്കുകളുടെ ഉത്സാഹം തളർത്തി. വായ്പയുടെ പലിശയാണ് ലാഭത്തിന്റെ ഒരു ഉറവിടം. റിയൽ എസ്റ്റേറ്റ്, ഓഹരികൾ, കടപ്പത്രങ്ങൾ തുടങ്ങിയവയിലെ നിക്ഷേപം മറ്റു സ്രോതസ്സുകളാണ്. വായ്പയുടെ തോതു കുറഞ്ഞപ്പോൾ പലിശ വരുമാനം ഇടിഞ്ഞു. പല ബാങ്കുകളുടെയും ലാഭം കുറഞ്ഞു. കുറഞ്ഞ ലാഭം ബാങ്കുകളുടെ ഓഹരിമൂല്യം ഇടിച്ചു.

ഗവൺമെന്റ്, ബാങ്കുകളുടെ രക്ഷക്കെത്താതിരുന്നില്ല. കോർപ്പറേറ്റുകൾ ചോർത്തിയ മൂലധനം പകരം നല്കാൻ സർക്കാർ ഖജനാവ് ഉപയോഗിച്ചു. 2017 മാർച്ച് ആകുമ്പോഴേക്കും 70,000 കോടി രൂപ ബാങ്കുകൾക്കു കൈമാറുമെന്ന് കഴിഞ്ഞ ബജറ്റിൽ വാഗ്ദാനം ചെയ്തു. ഇതുവരെയായി 60,000 കോടി രൂപ കൈമാറിക്കഴിഞ്ഞു. കോർപ്പറേറ്റുകളോടുള്ള താല്പര്യവും ബാങ്കുകൾ അഭിമുഖീകരിക്കുന്ന ഗുരുതരാവസ്ഥയും കണക്കിലെടുത്ത് ഇനിയും കൂടുതൽ ധനസഹായം നല്കുമെന്നു തന്നെ പ്രതീക്ഷിക്കാം. സർക്കാർ ധനസഹായം കൊണ്ടൊന്നും ഫലമില്ലെന്നത്രെ ബാങ്ക്സ് ബ്യൂറോ ചീഫ് വിനോദ് റായിയുടെ അഭിപ്രായം. അഗാധഗർത്തത്തിൽ വെള്ളമൊഴിക്കുന്നതു പോലെയാണ് അത്തരം ശ്രമങ്ങൾ എന്നദ്ദേഹം പറയുന്നു.

തകർച്ചയിലേക്കു നിപതിച്ച അമേരിക്കൻ സമ്പദ് വ്യവസ്ഥ ഇനിയും ഉയർത്തെഴുന്നേറ്റിട്ടില്ല. ബാങ്കുകളുടെ തകർച്ചയിൽ നിന്നായിരുന്നു തുടക്കം. വാൾസ്ട്രീറ്റിലെ കൂറ്റൻബാങ്കുകൾ ഒന്നൊന്നായി തലകുത്തി വീണു. അവയുടെ ഓഹരികൾ വാരിക്കൂട്ടിയിരുന്ന ഇതര രാജ്യ ബാങ്കുകളും തകരാൻ താമസമുണ്ടായില്ല. പ്രതിസന്ധി ആഗോളരൂപം കൈവരിച്ചു.

പ്രതിസന്ധിയുടെ ആരംഭം 2008 ലാണ്. റിയൽ എസ്റ്റേറ്റ് വ്യവസായം വളർത്താൻ അമേരിക്കൻ സർക്കാർ വായ്പ വാങ്ങാൻ ജനങ്ങളെ പ്രേരിപ്പിച്ചു. അമേരിക്കൻ ഫെഡറൽ റിസർവ്വ് സിസ്റ്റം പലിശ നിരക്കു വെട്ടിക്കുറച്ചു. അതു വായ്പ വാങ്ങുന്നവർക്കു പ്രോത്സാഹനമായി. അനവധി വായ്പാ സ്ഥാപനങ്ങൾ ഉടലെടുത്തു. വീടുകൾ സ്വന്തമാക്കുന്നതിനു വായ്പയെടുക്കാൻ ജനങ്ങൾ ക്യൂ നിന്നു. ബാങ്കുകൾ കൈയയച്ച് വായ്പ നല്കി. തിരിച്ചടവു കഴിവുള്ളവർക്കു നല്കി. തിരിച്ചടവിനു തെല്ലും കഴിവില്ലാത്തവർക്കും നല്കി വായ്പകൾ. ശരിക്കും വായ്പ പ്രളയം തന്നെയുണ്ടായി. വീടുകളുടെ ജാമ്യം സ്വീകരിച്ചു വായ്പ നല്കാൻ തുടങ്ങി, ബാങ്കുകളും മറ്റൊട്ടനവധി ധനകാര്യസ്ഥാപനങ്ങളും. സുവർണ്ണ കാലം എന്നും നിലനില്ക്കുമെന്നു കരുതപ്പെട്ടു. ഒരു വീടിന്റെ ജാമ്യത്തിൽ വായ്പ. വായ്പയുടെ ജാമ്യത്തിൽ വായ്പ. അതിൽ വീണ്ടും വായ്പ. വീണ്ടും വീണ്ടും വായ്പ. അങ്ങനെ വായ്പയുടെ ദന്തഗോപുരം കെട്ടിയുയർത്തി. ഒരു കൊടുങ്കാറ്റിൽ അവ നിലംപൊത്തുമെന്നു ചിന്തിച്ചതേയില്ല. ബെയർസ്റ്റേൺസ് എന്ന ധനകാര്യ സ്ഥാപനത്തിന്റെ ഓഹരികളുടെ വിശ്വാസ്യത ചോദ്യം ചെയ്യപ്പെട്ടതോടെ, ആ സ്ഥാപനം നിലം പൊത്തി. ഓഹരികൾ വാങ്ങിയവയും നിക്ഷേപം സ്വീകരിച്ചവയുമായ മറ്റു ധനകാര്യസ്ഥാപനങ്ങളും താമസിയാതെ താഴെ പതിച്ചു. ബാങ്കുകൾ, ഇൻഷുറൻസ് കമ്പനികൾ, മ്യൂച്ചൽ ഫണ്ടുകൾ, പെൻഷൻ ഫണ്ടുകൾ, നിക്ഷേപ ബാങ്കുകൾ, ഭവന വായ്പാ സ്ഥാപനങ്ങൾ എല്ലാം താഴെ വീണു. അവയുടെ ഓഹരികളിലോ കടപ്പത്രങ്ങളിലോ നിക്ഷേപിച്ചിരുന്ന വിദേശ ബാങ്കുകളും തകർച്ചയുടെ ചൂടനുഭവിച്ചു. പനി പടരുന്നതുപോലെ പ്രതിസന്ധി ആഗോളമായി പടർന്നു.

ധനകാര്യസ്ഥാപനങ്ങൾ തകർന്നതോടെ, പുതിയ വായ്പകൾ കിട്ടാതായി. വീടുകൾക്ക് ആവശ്യമിടിഞ്ഞു. ഒപ്പം അവയുടെ വിലകളും. ബാങ്കുകൾ വീടുകൾ ഏറ്റെടുക്കാൻ ആരംഭിച്ചു. ലേലം ചെയ്താൽ എടുക്കാൻ ആളില്ലാത്ത സ്ഥിതി സംജാതമായി. വീടുകൾ വിറ്റാൽ മുതലും പലിശയും വസൂലാക്കാൻ കഴിയാത്തവിധം വീടുകളുടെ വില താഴ്ന്നു. നിരവധി പേർ ഭവനരഹിതരായി. ഉറക്കം കടവരാന്തകളിലും കടൽത്തീരങ്ങളിലുമായി. രക്തം വിറ്റും ബീജം വിറ്റും വിശപ്പടക്കുന്ന അമേരിക്കക്കാരുടെ എണ്ണം പെരുകി. തൊഴിൽരഹിത അലവൻസ് വിതരണം ചെയ്യുന്ന ഓഫീസുകൾക്കു മുന്നിൽ ഒഴിയാത്ത നീണ്ട നിര പ്രത്യക്ഷമായി.

ലാഭമോഹം കൊണ്ട് പ്രതിസന്ധിയിലായ ബാങ്കുകളെ സഹായിക്കാൻ അമേരിക്കൻ സർക്കാർ ഖജനാവിലെ പണമൊഴുക്കി. പക്ഷേ, പ്രശ്നത്തിന്റെ രൂക്ഷത ഇനിയും അയഞ്ഞിട്ടില്ല. ആഗോളസമ്പദ്‌വ്യവസ്ഥ മുട്ടിലിഴയുകയാണ്.

ആഗോളസാമ്പത്തിക പ്രതിസന്ധി ഇന്ത്യക്കു വിലപ്പെട്ട ഗുണപാഠങ്ങൾ നല്കുന്നുണ്ട്. പെരുകിവന്ന കിട്ടാക്കട പ്രശ്നം പരിഹരിച്ചില്ലെങ്കിൽ ബാങ്കുകളുടെ പ്രതിസന്ധി ഇന്ത്യയുടെ പൊതുസാമ്പത്തിക പ്രതിസന്ധിയായി രൂപം മാറിയേക്കാം. ഈ തിരിച്ചറിവാണ് ചരക്കു സേവനനികുതി പ്രശ്നം ഒരു വിധം ഒതുങ്ങിയ സാഹചര്യത്തിൽ തന്റെ അടുത്ത അജണ്ട കിട്ടാക്കടമാണെന്നു കേന്ദ്ര ധനകാര്യ മന്ത്രി പ്രസ്താവിച്ചതിനു പിന്നിൽ.

കിട്ടാക്കട പ്രശ്നം ശാശ്വതമായി പരിഹരിച്ച് ബാങ്കുകളുടെ ആരോഗ്യസ്ഥിതി പൂർവ്വസ്ഥിതിയിലെത്തിക്കുകയാണ് ലക്ഷ്യമെന്നു ന്യായമായും വിശ്വസിക്കാം. എന്തു മാർഗ്ഗമാണ് കൈക്കൊള്ളുകയെന്നു വ്യക്തതയില്ല. ചീത്തവായ്പകളെല്ലാം കൂടി ഉൾക്കൊള്ളുന്ന 'ബാഡ് ബാങ്കി'ന്റെ രൂപീകരണമാണ് ഒരു മാർഗ്ഗമെന്നു കരുതപ്പെടുന്നു. മാലിന്യങ്ങളെല്ലാം ഒരു സ്ഥലത്ത് കൂട്ടിയിടുന്നതിനു തുല്യമാണത്. പക്ഷേ, പുതിയ മാലിന്യങ്ങൾ ഉണ്ടാകാതെ സൂക്ഷിക്കുക തുല്യപ്രാധാന്യമർഹിക്കുന്നു. അതായത് പുതിയ കിട്ടാക്കടങ്ങൾ ഉണ്ടാകാതെ നോക്കേണ്ടതുണ്ട്. ബാങ്കുകളും കോർപ്പറേറ്റുകളും തമ്മിലെ ദൃഢബന്ധം അത്തരമൊരു ലക്ഷ്യം വിദൂര സ്വപ്നമാക്കി മാറ്റുന്നു. മറ്റൊരു നിഗൂഢലക്ഷ്യമുള്ളതു കാണാതിരുന്നുകൂടാ. ക്ഷേത്രത്തിലെക്കുള്ള നേർച്ചക്കോഴിക്ക് നല്ല തീറ്റ കൊടുത്ത് തടിപ്പിക്കുമല്ലോ. ബലികൊടുക്കാനുള്ളതാണ്. ബാങ്കുകളുടെ ബാലൻസ് ഷീറ്റ് തുടച്ചു വൃത്തിയാക്കുന്നത് അവയുടെ ഓഹരികൾ ആകർഷകമാക്കാനും ആത്യന്തികമായി സ്വകാര്യമേഖലയെ ഏല്പിക്കാനുമാണ്.

നിരന്തരം ഉപയോഗിക്കുന്ന ചില പദങ്ങളുടെ വിശദീകരണം ആവശ്യമാണ്. വായ്പകൾ ബാങ്കിനെ സംബന്ധിച്ചിടത്തോളം പലിശയടക്കം തിരിച്ചുലഭിക്കേണ്ട തുകയാണ്. അതുകൊണ്ടവ ബാങ്കിന്റെ ആസ്തിയാണ്; വായ്പയെടുത്ത വ്യക്തിയുടെയോ, സ്ഥാപനത്തിന്റെയോ ബാദ്ധ്യതയുമാണ്. മൂന്നുമാസത്തിലേറെക്കാലം മുതലോ പലിശയോ അടയ്ക്കാതിരുന്നാൽ അവ കിട്ടാക്കടമായി മാറും. ബാങ്കിന് യാതൊരു വരുമാനവും ഉണ്ടാ

ക്കാത്തതുകൊണ്ട് അവയെ നിഷ്ക്രിയ ആസ്തി എന്നു വിശേഷിപ്പിക്കുന്നു. വായ്പയുടെ ഒരു ഭാഗമോ മുഴുവനുമായോ പുനഃക്രമീകരിക്കാൻ അനുവദിക്കാറുണ്ട്. പലിശയിളവ് അനുവദിക്കലും തിരിച്ചടവുകാലയളവു ദീർഘിപ്പിക്കലും അത്തരം പുനഃക്രമീകരണത്തിന്റെ ഭാഗമായി വ്യവസ്ഥപ്പെടുത്താറുണ്ട്. നിഷ്ക്രിയ ആസ്തിയുടെ ഒരു ഭാഗം ആണ്ടോടാണ്ട് എഴുതിത്തള്ളുക പതിവാണ്. വർഷങ്ങളായി വൻതുക കുടിശ്ശിക വരുത്തിയ വൻകിടക്കാരാണ് എഴുതിത്തള്ളലിന്റെ ഗുണഭോക്താക്കൾ. നിഷ്ക്രിയ ആസ്തിയും, പുനഃക്രമീകൃത വായ്പയും എഴുതിത്തള്ളിയ വായ്പകളും ഉൾക്കൊള്ളുന്നതാണ് മൊത്തം വിഷമ ആസ്തി (Gross stressed assets)

നിഷ്ക്രിയ ആസ്തികൾ കുറയുകയല്ല കൂടുകയാണ് എന്നതാണ് വൈരുദ്ധ്യം. വിവരാവകാശ നിയമപ്രകാരം റിസർവ്വ് ബാങ്ക് ലഭ്യമാക്കിയ ചില കണക്കുകൾ ഉദ്ധരിക്കാം.

| വർഷം | നിഷ്ക്രിയ ആസ്തി<br>കോടി രൂപ |
|---|---|
| 2003–04 | 64812 |
| 3004–05 | 59373 |
| 2005–06 | 51097 |
| 2006–07 | 50486 |
| 2007–08 | 56309 |
| 2008–09 | 68328 |
| 2009–10 | 84698 |
| 2010–11 | 97900 |
| 2011–12 | 142903 |
| 2012–13 | 194053 |
| 2013–14 | 263372 |
| 2014–15 | 323345 |
| ഡിസംബർ 2015 | 806000 |
| ജൂൺ 2016 | 922000 |

നിഷ്ക്രിയ ആസ്തി പെരുകുകയാണ്. മാത്രമല്ല അടുത്തകാലത്തായി അതിന്റെ തോത് ഏറെ ഉയർന്നിട്ടുമുണ്ട്. 2015 ഡിസംബറിനും 2016 ജൂണിനും മദ്ധ്യേ ആറുമാസത്തിനിടെ നിഷ്ക്രിയ ആസ്തിയിൽ 15 ശതമാനം വർദ്ധനവുണ്ടായി. 2014–15, 2015–16 കാലയളവിലുണ്ടായ വർദ്ധന 185 ശതമാനമാണ്.

ഞെട്ടിക്കുന്നവയാണ് ചില പ്രമുഖ ബാങ്കുകളുടെ കണക്കുകൾ. രാജ്യത്തെ ഏറ്റവും വലിയ പൊതുമേഖലാ ബാങ്കായ സ്റ്റേറ്റ് ബാങ്ക് ഓഫ് ഇന്ത്യ കിട്ടാക്കടത്തിലും മുന്നിലാണ്. 93000 കോടി രൂപയാണ് കിട്ടാക്കടം. പഞ്ചാബ് നാഷണൽ ബാങ്കിനു ലഭിക്കാനുള്ളത് 55627 കോടി രൂപ

യാണ്. ബാങ്ക് ഓഫ് ഇന്ത്യയുടെ കിട്ടാക്കടം 44000 കോടി രൂപയും. ഇന്ത്യൻ ഓവർസീസ് ബാങ്കിന്റേത് 34724 കോടിയാണ്. ചില ഉദാഹരണങ്ങൾ മാത്രമാണിവ.

കിട്ടാക്കടത്തിന്റെ ആകെ സംഖ്യ സംബന്ധിച്ച് ഏകാഭിപ്രായമില്ല. സ്ഥാപനങ്ങളുടേതിൽ നിന്നും വിഭിന്നമായി വ്യക്തികളുടെ വായ്പ കണക്കുകൾ കൃത്യമായി രേഖപ്പെടുത്തപ്പെടുന്നില്ലെന്ന ആക്ഷേപം ശക്തമാണ്. സ്വകാര്യബാങ്കായ കൊഡാക് മഹീന്ദ്രയുടെ ഉടമ അടുത്തിടെ പ്രസ്താവിച്ചത് കിട്ടാക്കടം 14 ലക്ഷം കോടി രൂപ വരുമെന്നാണ്. അതായത് കേന്ദ്ര സർക്കാരിന്റെ ആകെ നികുതി വരുമാനത്തിന്റെ അത്രയും. അല്ലെങ്കിൽ സംസ്ഥാന സർക്കാരിന്റെ നികുതി വരുമാനത്തിന്റെ 26 ഇരട്ടി!

എല്ലാ കുടിശ്ശികയും മനഃപൂർവ്വം സൃഷ്ടിച്ചവയല്ല. അന്താരാഷ്ട്ര വിപണിയിലെ ചാഞ്ചാട്ടങ്ങൾ, അസംസ്കൃത വസ്തുക്കളുടെ ദൗർല്ലഭ്യം, ആഭ്യന്തര വിപണിയിലെ മാന്ദ്യം, കടുത്ത കിടമത്സരം, സാങ്കേതിക മാറ്റങ്ങൾ സ്വാംശീകരിക്കുന്നതിലെ കാലതാമസം, വിദഗ്ദ്ധ തൊഴിലാളികളുടെ ദൗർല്ലഭ്യം, മാനേജ്മെന്റിന്റെ കെടുകാര്യസ്ഥത ഇങ്ങനെ ഒട്ടേറെ കാരണങ്ങളാൽ പ്രതീക്ഷിതവരുമാനം ഇടിയാം. തിരിച്ചടവു മുടങ്ങാം. അത്തരം കേസുകൾ പ്രത്യേക പരിഗണനയർഹിക്കുന്നു.

എന്നാൽ മനഃപൂർവ്വം കുടിശ്ശിക വരുത്തുന്നവർ ധാരാളം. സർക്കാരിന്റെ പ്രത്യക്ഷമോ പരോക്ഷമോ ആയ പിന്തുണയാണ് അവർക്കു ബലം. എടുത്ത വായ്പ ഓഹരി ചൂതാട്ടത്തിലും റിയൽ എസ്റ്റേറ്റ് വ്യവസായത്തിലും അനധികൃത ഇടപാടുകളിലും പ്രയോഗിക്കുന്നവർ കുറവല്ല. 'കിങ് ഫിഷർ എയൽലൈൻസ് 17 ബാങ്കുകളിൽനിന്ന് 6963 കോടി രൂപ കരസ്ഥമാക്കി. സ്റ്റേറ്റ് ബാങ്ക് ഓഫ് ഇന്ത്യയിൽ നിന്നുമാത്രം 1201 കോടി രൂപ തരപ്പെടുത്തി. പൊതുമേഖലാ ബാങ്കുകളിൽ നിന്നും വായ്പയെടുത്ത് മനപൂർവ്വം തിരിച്ചടയ്ക്കാത്ത 7265 പേരുണ്ടെന്ന് അടുത്തിടെയാണ് സർക്കാർ പാർലമെന്റിൽ വെളിപ്പെടുത്തിയത്. അവരിൽ വൻകിടക്കാരായ 50 കമ്പനികളാണ് കിട്ടാക്കടത്തിന്റെ 80 ശതമാനം കുടിശ്ശിക വരുത്തിയത്. രാജ്യത്തിന്റെ പണം ചോർത്തിയ കുറ്റവാളികളുടെ വിശദവിവരങ്ങൾ വെളിപ്പെടുത്താൻ ബാങ്കുകളോ റിസർവ്വ് ബാങ്കോ ഗവൺമെന്റോ തയ്യാറല്ല. സുപ്രീം കോടതി പലയാവർത്തി ആവശ്യപ്പെട്ട ശേഷമാണ് നിവൃത്തിയില്ലാതെ പട്ടിക കൈമാറിയത്. അപ്പോഴും റിസർവ്വ് ബാങ്ക് ഒരു നിബന്ധന വെച്ചു. പട്ടികയിലെ വിവരങ്ങൾ വെളിപ്പെടുത്തരുത്. കക്ഷികളും ബാങ്കുകളും തമ്മിലെ വിശ്വാസ്യതയുടെ പ്രശ്നമാണത് എന്നായിരുന്നു വാദം. പൊതുജനങ്ങളുടെ പണം കൈകാര്യം ചെയ്യുന്ന പൊതുമേഖലാ ബാങ്കുകൾ പൊതുജന താല്പര്യത്തിനാണോ ഏതാനും കോർപ്പറേറ്റുകളുടെ താല്പര്യത്തിനാണോ മുൻഗണന നല്കേണ്ടതെന്ന സുപ്രീംകോടതിയുടെ ചോദ്യത്തിന് കടുത്ത മൗനമായിരുന്നു മറുപടി.

ദുരൂഹമാണ് ബാങ്കുകളുടെ നടപടികൾ. സാധാരണക്കാർക്കു വായ്പ

നിഷേധിക്കുക പതിവുരീതിയാണ്. തിരിച്ചടയ്ക്കാൻ കഴിവില്ലെന്ന കാരണം പറഞ്ഞാണ് നിഷേധിക്കുന്നത്. തിരിച്ചടയ്ക്കാത്ത കോർപ്പറേറ്റുകൾക്ക് വീണ്ടും വീണ്ടും വായ്പ നല്കുന്നു. സാധാരണക്കാർക്കു വായ്പ നല്കിയാൽ തന്നെ ബലപ്രയോഗത്തിലൂടെയും സമ്മർദ്ദതന്ത്രങ്ങളിലൂടെയും തിരിച്ചടവു ഉറപ്പാക്കാൻ ബാങ്കുകൾ അമിത താല്പര്യം കാണിക്കുന്നു. അത്തരം താല്പര്യങ്ങളുടെ നൂറിലൊരംശംപോലും ധനികരായ വായ്പക്കാരുടെ കാര്യത്തിൽ പ്രകടിപ്പിക്കാറില്ലെന്നുമാത്രമല്ല, സർക്കാരിന്റെ ഒത്താശയോടെ കിട്ടാക്കടം എഴുതിത്തള്ളുന്നതിൽ അമിതതാല്പര്യം പുലർത്തുകയും ചെയ്യുന്നു.

2016 ഡിസംബർ 7 ന് കേന്ദ്ര ധനകാര്യ സഹമന്ത്രി സന്തോഷ് കുമാർ ഗാങ്വാർ രാജ്യസഭയിൽ നല്കിയ ഉത്തരം ഉദ്ധരിക്കാം. ഒരു പ്രത്യേക കാലത്തെ കടം എഴുതിത്തള്ളൽ സംബന്ധിച്ച ഔദ്യോഗിക വിവരങ്ങളാണ് മന്ത്രി വെളിപ്പെടുത്തിയത്. 2013 ഏപ്രിലിനും 2016 ജൂണിനും മദ്ധ്യേ 1.54 ലക്ഷം കോടി രൂപയുടെ വായ്പകൾ എഴുതിത്തള്ളി. വിശദാംശങ്ങൾ.

| **വർഷം** | **വായ്പകൾ എഴുതിത്തള്ളിയത്** (കോടി രൂപ) |
|---|---|
| 2013–14 | 34409 |
| 2014–15 | 49018 |
| 2015–16 | 56012 |
| 2016–17 (ആദ്യ മൂന്നുമാസം) | 15163 |
| ആകെ | **154602** |

2004 നും 2011 നും മദ്ധ്യേ, 2.11 ലക്ഷം കോടി രൂപയുടെ കിട്ടാക്കടമാണ് എഴുതിത്തള്ളിയത്. ഈ പ്രക്രിയ നിരന്തരം നടന്നുവരുകയാണ്.

2016 നവംബർ 17 ലെ കണക്കനുസരിച്ച് സ്റ്റേറ്റ് ബാങ്ക് ഓഫ് ഇന്ത്യ സെപ്തംബർ അവസാനം വരെ 6060 കോടിയുടെയും 2016–17 ആദ്യമൂന്നുമാസം 4613 കോടി രൂപയുടെയും കിട്ടാക്കടം എഴുതിത്തള്ളി.

7000 കോടി രൂപ ഒറ്റയടിക്ക് എഴുതിത്തള്ളിയത് ഏറെ വിമർശിക്കപ്പെട്ടു. നോട്ടു നിരോധനംമൂലം ജനങ്ങൾ കഷ്ടപ്പെടുമ്പോഴാണ് എസ് ബി ഐ 7000 കോടിരൂപ എഴുതിത്തള്ളിയത്. അതിൽ 1201 കോടിരൂപയുടെ കുടിശ്ശിക കിങ് ഫിഷർ എയർലൈൻസിന്റേതായിരുന്നു.

എഴുതിത്തള്ളുന്നില്ല. ഒരു പ്രത്യേക അക്കൗണ്ടിലേക്കു മാറ്റുകയാണെന്നാണ് സർക്കാരിന്റെയും ബാങ്കുകളുടെയും വാദം. അഡ്വാൻസ് അണ്ടർ കളക്ഷൻ അക്കൗണ്ട് എന്നാണ് പ്രസ്തുത അക്കൗണ്ടിന്റെ പേര്. വായ്പ തിരിച്ചു പിടിക്കുന്നതിനുള്ള സൗകര്യത്തിനുവേണ്ടി ഒരു പ്രത്യേക അക്കൗണ്ടിലേക്കു മാറ്റുന്നു എന്നാണ് വിശദീകരണം. അങ്ങനെ ബാങ്കു

കളുടെ ബാലൻസ് ഷീറ്റ് ശുദ്ധീകരിക്കപ്പെടുന്നു. ഇനി വൻകിട കോർപ്പറേറ്റുകൾക്ക് ധൈര്യപൂർവ്വം വായ്പ നല്കാം! പ്രത്യേക അക്കൗണ്ടിലേക്കു മാറ്റുന്ന വായ്പകൾ ഒരിക്കലും തിരിച്ചുപിടിക്കപ്പെടുന്നില്ല എന്നതാണ് വാസ്തവം. അവ എഴുതിത്തള്ളിയ വായ്പകൾ തന്നെ.

കോർപ്പറേറ്റുകളും ഭരണകൂടവും തമ്മിലെ അവിഹിതബന്ധമാണ് നിഷ്ക്രിയ ആസ്തിയുടെ അടിസ്ഥാനം. കോർപ്പറേറ്റുകൾ ആളും അർത്ഥവും നല്കി സർക്കാരിനെ സഹായിക്കുന്നു. സർക്കാരാകട്ടെ നിയമങ്ങളും ചട്ടങ്ങളും തിരുത്തിയെഴുതിയും നികുതി ആനുകൂല്യങ്ങൾ നല്കിയും കോർപ്പറേറ്റുകളെ പിന്തുണയ്ക്കുന്നു. ഇതു ചങ്ങാത്ത മുതലാളിത്തമാണ്. ഇന്ത്യയെ സംബന്ധിച്ചിടത്തോളം ഈ ബന്ധം അവസാനിപ്പിക്കുക പ്രയാസകരമാണ്. കാരണം കോർപ്പറേറ്റുകളാണ് ഭരണകൂട നേതൃത്വത്തിൽ. സർക്കാർ കൈക്കൊണ്ടുവരുന്ന മുഖം മിനുക്കൽ നടപടികൾ പ്രശ്നപരിഹാരമല്ല.

# 7

# പൊതുകടം എത്രയാകാം?

ധനക്കമ്മി എത്രയാകാം എന്നു ചോദ്യം മാറ്റിയെഴുതാം. എന്താ യാലും കൃത്യമായ ഉത്തരമില്ല. വിവാദ വിഷയമാണ്, രാഷ്ട്രീയവിഷയവു മാണ് പൊതുകടം. വിവാദങ്ങൾ കനക്കുമ്പോഴും ഏവരും ഒരു കാര്യത്തിൽ യോജിക്കുന്നു. കടം വാങ്ങാതെ സർക്കാരിന്റെ ദൈനംദിന പ്രവർത്തന ങ്ങളും വികസനപ്രവർത്തനങ്ങളും മുന്നോട്ടുകൊണ്ടുപോകാനാവില്ല. പിന്നെ എവിടെയാണ് വിവാദത്തിന്റെ പരിസരം? പൊതുകടത്തിന്റെ അളവു സംബന്ധിച്ചാണ് തർക്കം. പൊതുകടം കൂടാമോ? എത്രത്തോളം കൂടാം? എത്രത്തോളം കുറയ്ക്കാം? ഏകീകൃതമായ ഉത്തരങ്ങൾ ഇവ യ്ക്കൊന്നിനുമില്ല. കടം വാങ്ങാനും മുതലും പലിശയും തിരിച്ചടയ്ക്കാ നുമുള്ള സമ്പദ് വ്യവസ്ഥയുടെ ശേഷി, സംസ്ഥാന ആഭ്യന്തരവരുമാനവും കടവും തമ്മിലെ അനുപാതം, കടവും മൂലധന നിക്ഷേപവും തമ്മിലെ അനുപാതം, ആഭ്യന്തര വരുമാനവും റവന്യൂ കമ്മിയും തമ്മിലെ അനു പാതം–ഇവയെല്ലാം വിവാദത്തിലെ കേന്ദ്ര സ്ഥാനത്തു നില്ക്കുന്നു.

വിവാദങ്ങളെ രണ്ട് തരത്തിൽ സമാഹരിച്ചു പറയാം. ഇതൊരു ലളി തവല്ക്കരണമാണ്.

1. കടം മൂലധന നിക്ഷേപത്തിനു പ്രയോഗിക്കുകയാണെങ്കിൽ ഉല്പാദനവർദ്ധന കൈവരുത്തും, നികുതി അടിത്തറ വിപുലപ്പെടും. രണ്ടും ചേർത്ത് തിരിച്ചടവു ശേഷി വളർത്തും. കടത്തിനു അനുകൂലമായ ന്യായ വാദമാണിത്.

2. വർദ്ധിക്കുന്ന കടം പലിശച്ചെലവു ഉയർത്തും. മുതലും പലിശയും തിരിച്ചടയ്ക്കാൻ വീണ്ടും കടം വാങ്ങേണ്ടിവരും. സംസ്ഥാനം കടക്കെ ണിയിലാകും. കടം, ധനക്കമ്മി ഉയർത്തും; ധനക്കമ്മി വിലക്കയറ്റത്തിന് വഴിയൊരുക്കും. പൊതുകടത്തിന് എതിരായ വാദമാണിത്.

മേല്പറഞ്ഞവ കേവലമായ വാദങ്ങളല്ല. വ്യത്യസ്തങ്ങളായ രാഷ്ട്രീയ സമീപനങ്ങളാണ്. വികസനത്തിൽ സർക്കാരിന്റെ ഇടപെടൽ ആവശ്യമാണെന്ന നിലപാടാണ് ആദ്യത്തേതിന്റെ ഉള്ളടക്കം. വികസന പ്രവർത്തനങ്ങളിൽനിന്ന് സർക്കാർ ചുവടു മാറ്റണമെന്നതാണ് രണ്ടാമത്തേതിന്റെ സന്ദേശം. അങ്ങനെ ചുവടുമാറ്റുമ്പോൾ, പൊതുകടം വെട്ടിക്കുറയ്ക്കാനും കഴിയും എന്ന് വ്യാഖ്യാനം. നവ ഉദാരവല്ക്കരണ സാമ്പത്തിക നയമാണ് രണ്ടാമത്തെ വാദത്തിന്റെ രാഷ്ട്രീയ അടിത്തറ. വികസനം സ്വകാര്യമേഖലയുടെ വരുതിയിലാകുമ്പോൾ സർക്കാരിന്റെ ചെലവു ചുരുങ്ങും. സ്വാഭാവികമായും ധനക്കമ്മി കുറയും. 2016–17 ൽ കേന്ദ്രത്തിന്റെ ധനക്കമ്മി ദേശീയ വരുമാനത്തിന്റെ 3.5 ശതമാനമായി കുറച്ചതായി ഇപ്രാവശ്യത്തെ ബഡ്ജറ്റ് പ്രസംഗത്തിൽ ധനമന്ത്രി അവകാശപ്പെട്ടു. 2017–18 ൽ ധനക്കമ്മി 3.2 ശതമാനമായി ചുരുക്കാനുള്ള നിശ്ചയം പ്രഖ്യാപിക്കുകയും ചെയ്തു.

കടത്തിന്റെ അളവും നവ ഉദാരവല്ക്കരണവും തമ്മിൽ ബന്ധമുണ്ടെന്നാണ് ഈ പറഞ്ഞതിനർത്ഥം. എത്രയും കടം വാങ്ങാം എന്നല്ല ബദൽ നിലപാട്. നികുതി വരുമാനമുയർത്തി ധനക്കമ്മിയും കടവും ലഘൂകരിക്കുകയാണ് ബദൽ സമീപനത്തിന്റെ കാതൽ. തീർച്ചയായും രണ്ട് രാഷ്ട്രീയ സമീപനങ്ങളും തമ്മിൽ പ്രകടമായ വൈരുദ്ധ്യമുണ്ട്.

ആധുനിക സർക്കാരുകളുടെ ചുമതലകൾ ഏറെ വർദ്ധിച്ചിട്ടുണ്ട്. പുതിയ ചുമതലകൾ ഏറ്റെടുക്കുന്നു. പഴയവ വിപുലപ്പെടുത്തുകയോ കൂടുതൽ കാര്യക്ഷമമായി നിർവ്വഹിക്കുകയോ ചെയ്യുന്നു. അപ്രതീക്ഷിതമായ ചെലവുകളും സർക്കാരുകൾക്ക് ഏറ്റെടുക്കേണ്ടിവരും. വെള്ളപ്പൊക്കം, വരൾച്ച, യുദ്ധങ്ങൾ തുടങ്ങിയവ ഉദാഹരണങ്ങളാണ്.

ശത്രുരാജ്യങ്ങളുടെ ആക്രമണങ്ങളിൽനിന്ന് ജനങ്ങളെ രക്ഷിക്കുക, രാജ്യത്ത് ക്രമസമാധാനം നിലനിർത്തുക, കുടിവെള്ളം, റോഡുകൾ തുടങ്ങിയവ ഒരുക്കുക എന്നീ ചുമതലകളിൽ മാത്രമായി സർക്കാരിന്റെ പ്രവർത്തനം ഒതുക്കണമെന്ന ചിന്തയും പ്രവർത്തനവും ഒരുകാലത്ത് സജീവമായിരുന്നു. ഈ മൂന്ന് ധർമ്മങ്ങളും നിർവ്വഹിക്കാൻ കുറച്ച് ചെലവ് മതിയാകും. നികുതിയും കുറച്ചു മതി. കടം വാങ്ങലും ആവശ്യമില്ല. ഏറ്റവും കുറച്ച് ഭരിക്കുന്ന സർക്കാരാണ് ഏറ്റവും നല്ല സർക്കാർ എന്നായിരുന്നു പ്രമാണം. ആ പ്രമാണത്തിന്റെ ആധുനിക പതിപ്പാണ് "മിനിമം ഗവൺമെന്റ് മാക്സിമം ഭരണം" എന്ന ആധുനിക സൂക്തം.

രണ്ടാം ലോക മഹായുദ്ധത്തെത്തുടർന്ന് പല രാജ്യങ്ങളും യുദ്ധക്കെടുതിയിൽ തളർന്നപ്പോൾ, യുദ്ധാനന്തര പുനർ നിർമ്മാണം പ്രധാന അജണ്ടയായി ഏറ്റെടുക്കേണ്ട സ്ഥിതി ഉണ്ടായി. മാത്രവുമല്ല. വർദ്ധിച്ച ദാരിദ്ര്യവും തൊഴിലില്ലായ്മയും ഭക്ഷ്യക്ഷാമവും വിലക്കയറ്റവും സാമ്പത്തിക വളർച്ച മുഖ്യ അജണ്ടയായി സ്വീകരിക്കുവാൻ ഗവൺമെന്റുകളെ നിർബ്ബന്ധിതമാക്കി. ജനകീയ പ്രശ്നങ്ങൾ പരിഹരിക്കപ്പെട്ടില്ലെങ്കിൽ, വ്യാപക

മാകുന്ന അസംതൃപ്തിയും അമർഷവും പ്രതിഷേധങ്ങളും ഗവൺമെന്റുകളെ അസ്ഥിരമെടുത്തുമെന്ന തിരിച്ചറിവുണ്ടായി. ജനകീയ സമ്മർദ്ദങ്ങൾ വികസന അജണ്ടയ്ക്ക് പിന്നിലെ നിയാമക ശക്തിയായി മാറി. ആധുനിക സർക്കാരുകൾ വികസനം മുഖ്യ അജണ്ടയായി സ്വീകരിച്ചു. സർക്കാരുകളുടെ ചെലവ് വർദ്ധിപ്പിച്ച പ്രധാന ഘടങ്ങളിലൊന്നാണിത്. ജനകീയ സമ്മർദ്ദത്തിന്റെ പ്രത്യക്ഷ ഫലങ്ങളാണ് ക്ഷേമപ്രവർത്തനങ്ങൾ. വിവിധങ്ങളായ ക്ഷേമപദ്ധതികൾ ആധുനിക സർക്കാരുകളുടെ പ്രവർത്തനങ്ങളിൽ പ്രധാനമാണ്.

സാമ്പത്തിക രംഗത്തുണ്ടാകുന്ന ഉയർച്ച–താഴ്ചകൾക്കനുസരിച്ച് സർക്കാർ ചെലവുകൾ കുറയ്ക്കുകയും കൂട്ടുകയും പ്രത്യേകിച്ചും 1930 കൾക്ക് ശേഷമുള്ള അനുഭവമാണ്. തെളിമയാർന്ന ഉദാഹരണമാണ് ആഗോള സാമ്പത്തിക മാന്ദ്യം മറികടക്കാൻ സാമ്രാജ്യത്വ ഗവൺമെന്റുകൾ ധനകാര്യസ്ഥാപനങ്ങളെ പിന്തുണയ്ക്കുന്നതോടൊപ്പം പൊതു ചെലവുകൾ ഉയർത്താൻ നടത്തുന്ന ശ്രമങ്ങൾ.

പൊതുകടം എവ്വിധവും പരിമിതപ്പെടുത്തണം എന്ന വാദത്തിനു പിന്നിൽ കൃത്യമായ കോർപ്പറേറ്റ് താല്പര്യമുണ്ട്. കോർപ്പറേറ്റുകൾ പ്രവർത്തിക്കുന്നത് സ്വന്തം ആസ്തികൊണ്ടല്ല. ഓഹരികളും കടപ്പത്രങ്ങളും പുറപ്പെടുവിച്ചും ബാങ്ക് വായ്പകൾ സമാഹരിച്ചുമാണ് പ്രധാനമായും മൂലധനസ്വരൂപണം നടത്തുന്നത്. 12.1 ലക്ഷം കോടിയും കിട്ടാക്കടമായി അവശേഷിക്കുകയാണ്. വായ്പയിൽ പ്രധാന ഇടപാടുകാർ കോർപ്പറേറ്റുകളാണ്. പൊതുകട സമാഹാരണത്തിന് സർക്കാരുകൾ മുന്നോട്ടുവരുമ്പോൾ, വായ്പാ സമാഹരണത്തിൽ സർക്കാരും കോർപ്പറേറ്റുകളും തമ്മിലെ മത്സരം പലിശ നിരക്ക് ഉയർത്തും. ഉയർന്ന പലിശ നിരക്ക് നല്കിയേ കോർപ്പറേറ്റുകൾക്ക് വായ്പാ സമാഹരണം സാദ്ധ്യമാകൂ. അതുകൊണ്ട് സർക്കാർ വായ്പാ മേഖലയിൽനിന്ന് പിൻവാങ്ങുകയോ, വായ്പയുടെ അളവു കുറയ്ക്കുകയോ ചെയ്യണമെന്ന് കോർപ്പറേറ്റുകൾ ആഗ്രഹിക്കുന്നു. വിദേശമൂലധനനിക്ഷേപകർക്ക് നിക്ഷേപം സംബന്ധിച്ച് ഉപദേശം നല്കുന്നത് റേറ്റിങ് ഏജൻസികളാണ്. അവ ഓരോ രാജ്യത്തെയും സാമ്പത്തികസ്ഥിതി പഠിച്ചാണ് ഉപദേശം നല്കുക. ഉയർന്ന ധനക്കമ്മി സമ്പദ് വ്യവസ്ഥയുടെ അനാരോഗ്യത്തിന്റെ പ്രതിഫലനമായി കരുതപ്പെടുന്നു. ഉയർന്ന ധനക്കമ്മിയുള്ള രാജ്യത്ത് നിക്ഷേപിക്കാൻ വിദേശ മൂലധനം വിസമ്മതിക്കും. അതുകൊണ്ട് വിദേശമൂലധനം ആകർഷിക്കാൻ ധനക്കമ്മി കുറയ്ക്കണം എന്നു വാദിക്കപ്പെടുന്നു. വർഗ്ഗ താല്പര്യം മൂടിവയ്ക്കാനുള്ള സൈദ്ധാന്തിക വാദങ്ങളാണ് പൊതുകടത്തിനെതിരായി ഉയർത്തപ്പെടുന്നത്. കേന്ദ്ര ധനകാര്യവകുപ്പിന്റെ കണക്കുപ്രകാരം 2016 മാർച്ച് 31 ന് കേന്ദ്ര സർക്കാരിന്റെ പൊതു കടം 55.73 ലക്ഷം കോടി രൂപയാണ്. ഇതിൽ 51.30 കോടി രൂപ ആഭ്യന്തര വായ്പ

യാണ്. ദേശീയ് വരുമാനത്തിന്റെ 38.7 ശതമാനം വരും ആഭ്യന്തര വായ്പ.

പൊതുകടം വിലക്കയറ്റം വിളിച്ചുവരുത്തുമെന്ന കോർപ്പറേറ്റ് വാദത്തിൽ പ്രകടമായ രണ്ട് വൈരുദ്ധ്യങ്ങൾ അടങ്ങിയിട്ടുണ്ട്. വായ്പയെടുത്ത സർക്കാർ അത് വിവിധ ആവശ്യങ്ങൾക്കായി ചെലവാക്കും. ചെലവുകൾ സർക്കാരിന് സേവനങ്ങളോ, സാധനങ്ങളോ വില്ക്കുന്നവർക്ക് വരുമാനമാണ്. അങ്ങനെ സമൂഹത്തിന്റെ വരുമാനം വർദ്ധിക്കുന്നു. വർദ്ധിച്ച വരുമാനം ചെലവഴിക്കപ്പെടുമ്പോൾ സാധനങ്ങൾക്കും സേവനങ്ങൾക്കുമുള്ള ഡിമാന്റ് ഉയരുകയും വിലക്കയറ്റത്തിന് വഴി തുറക്കുകയും ചെയ്യുന്നു. ഈ വാദമുയർത്തുന്ന പണ്ഡിതർ, റിസർവ്വ് ബാങ്ക് പലിശനിരക്ക് കുറയ്ക്കണമെന്ന കോർപ്പറേറ്റുകളുടെ വാദത്തോട് മൗനം പാലിക്കുന്നു. പലിശ നിരക്കിലെ വെട്ടിക്കിഴിവ് പണത്തിന്റെ ലഭ്യത വളർത്തും. തങ്ങൾക്ക് കുറഞ്ഞ പലിശയ്ക്ക് വായ്പ ലഭ്യമാകും എന്നതാണ് കോർപ്പറേറ്റുകൾ ലക്ഷ്യമാക്കുന്നത്. പണ ലഭ്യത വളരുമ്പോൾ സ്വാഭാവികമായും അത് വിലക്കയറ്റത്തിലേക്ക് വഴിതുറക്കും. പലിശ (റിപ്പോ) നിരക്ക് കുറയ്ക്കാൻ റിസർവ്വ് ബാങ്ക് വിസമ്മതിക്കുന്നതിന് കാരണവും അതാണ്. വിലക്കയറ്റം ഉണ്ടായാലും പലിശ നിരക്ക് കുറച്ചു കിട്ടണമെന്ന കോർപ്പറേറ്റ് നിലപാട് പൊതുകടം വിലക്കയറ്റമുണ്ടാക്കുമെന്ന വാദത്തിനു കടകവിരുദ്ധമാണ്.

പൊതുകടം ഒരുതരത്തിൽ സമ്പന്നർക്ക് സഹായകമാണ്. പൊതുകടത്തിന്റെ 60 ശതമാനവും സമാഹരിക്കപ്പെടുന്നത് പൊതുവിപണിയിൽ കടപ്പത്രങ്ങൾ (ബോണ്ടുകൾ) വിറ്റഴിച്ചാണ്. നിശ്ചിത പലിശയും ഉറച്ച തിരിച്ചടവും ആകർഷണങ്ങളാണ്. ബോണ്ടുകൾ കൈമാറ്റം ചെയ്യാമെന്നതും ആകർഷണീയതയാണ്. ബോണ്ടുകൾ വാങ്ങുന്നത് സാധാരണക്കാരല്ല സമ്പന്നരാണ്. അഥവാ അവർക്കുവേണ്ടി ബാങ്കുകളും ധനകാര്യസ്ഥാപനങ്ങളും വാങ്ങുന്നു. പലിശ വരുമാനം സമ്പന്നരുടെ കൈകളിലെത്തുന്നു എന്ന് സാരം.

സർക്കാരുകൾ വിശേഷിച്ചും വികസന പ്രവർത്തനങ്ങളിൽ ക്രിയാത്മക പങ്കുവഹിക്കുന്ന കാര്യം സൂചിപ്പിച്ചുവല്ലോ. നിക്ഷേപകന്റെയും ഉല്പാദകന്റെയും വിതരണക്കാരന്റെയും തൊഴിൽദായകന്റെയും പങ്കാണ് സർക്കാരുകൾ നിർവ്വഹിക്കുന്നത്. അത്തരം പങ്കാളിത്തത്തിന്റെ ഭാഗമാണ് സാമ്പത്തികാസൂത്രണം, പൊതുമേഖലാ സ്ഥാപനങ്ങൾ, പൊതു വിതരണ സമ്പ്രദായം, ഇറക്കുമതി നിയന്ത്രണം, വിദേശമൂലധന നിയന്ത്രണം തുടങ്ങിയവ. ഇന്ത്യ നല്ല ഉദാഹരണമാണ്. സ്വാതന്ത്ര്യാനന്തര ഇന്ത്യയുടെ സാമ്പത്തിക നയത്തിന്റെ ഘടകങ്ങളാണ് മേൽപറഞ്ഞവ. ഇന്ത്യ മാത്രമല്ല അത്തരം നയങ്ങൾ സ്വീകരിച്ചത്. രണ്ടാം ലോക മഹായുദ്ധത്തെയും സോവിയറ്റ് വിപ്ലവത്തെയും പിന്തുടർന്ന് ശക്തിപ്പെട്ട ദേശീയ സ്വാതന്ത്ര്യ സമരപ്രസ്ഥാനങ്ങൾ കോളനി രാജ്യങ്ങളുടെ രാഷ്ട്രീയ സ്വാതന്ത്ര്യത്തിലാണ് അവസാനിച്ചത്. പട്ടിണിയും പരിവട്ടവും പിന്തുടർച്ചയായി ലഭിച്ച

സ്വതന്ത്ര രാജ്യങ്ങളുടെ മുന്നിലെ കീറാമുട്ടി പ്രശ്നമായി സാമ്പത്തിക വികസനം. ഓരോ രാജ്യവും അവരുടേതായ വികസന മാതൃകകൾ തെരഞ്ഞെടുത്തു. സർക്കാരുകളുടെ നേതൃത്വവും ഇടപെടലുകളുമായിരുന്നു വിവിധ രാജ്യങ്ങളുടെ സാമ്പത്തിക നയത്തിന്റെ പൊതു തന്തു. സ്വയംപര്യാപ്തത ലക്ഷ്യമായി പ്രഖ്യാപിക്കപ്പെട്ടു. കയറ്റുമതി വർദ്ധനയും വിദേശ ചരക്ക്, മൂലധന നിയന്ത്രണവും നയത്തിന്റെ മുഖ്യ ഘടകങ്ങളായി.

ചരക്കുകളും മൂലധനവും ധാരാളമായി സൃഷ്ടിച്ച സാമ്രാജ്യത്വ രാജ്യങ്ങൾ തങ്ങളുടെ താല്പര്യത്തിനെതിരായാണ് വികസ്വര രാജ്യങ്ങളുടെ നയങ്ങളെ കണ്ടത്. മൂലധനത്തിന്റെയും ചരക്കുകളുടെയും നിർല്ലോപമായ ഇറക്കുമതിക്ക് വികസ്വര രാജ്യങ്ങളുടെ സാമ്പത്തിക മതിലുകൾ തടസ്സമായി. അത്തരം മതിലുകൾ തട്ടിനീക്കുക സാമ്രാജ്യത്വ താല്പര്യങ്ങൾക്ക് അനിവാര്യമായി. മുൻകാലഘട്ടങ്ങളിൽ യുദ്ധവും കടന്നാക്രമണങ്ങളും പിടിച്ചടക്കലുകളുമായിരുന്നു. സാമ്രാജ്യത്വ രീതി. അത്തരം നടപടികളുടെ ഫലശൂന്യതയും അപ്രസക്തിയും തിരിച്ചറിഞ്ഞ സാമ്രാജ്യത്വ രാജ്യങ്ങൾ "വേദനിപ്പിക്കാതെ കൊല്ലുന്ന" മാർഗ്ഗം സ്വീകരിച്ചു. അതാണ് പുതിയ സാമ്പത്തിക നയം അഥവാ നവ ഉദാരവല്ക്കരണം.

സമ്പൂർണ്ണമായ ഉദാരവല്കൃത വ്യവസ്ഥയാണ് മുതലാളിത്തവും അതിന്റെ വികസിത രൂപമായ സാമ്രാജ്യത്വവും. സർക്കാർ ഇടപെടലിലേക്കും നിയന്ത്രണങ്ങളിലേക്കുമുള്ള ചുവടുമാറ്റമാണ് വികസ്വര രാജ്യങ്ങൾ നടത്തിയത്. ആ ചുവടുമാറ്റമാകട്ടെ സാമ്രാജ്യത്വ രാജ്യങ്ങളുടെ സാമ്പത്തിക താല്പര്യങ്ങൾക്ക് പ്രകടമായും എതിരായിരുന്നു. സാമ്പത്തിക അതിരുകളും നിയന്ത്രണങ്ങളും പൊളിച്ചുമാറ്റി ഉദാരവല്കൃത വ്യവസ്ഥയിലേക്കുള്ള തിരിച്ചുപോക്കാണ് നവ ഉദാരവല്ക്കരണം. വിദേശ മൂലധനവും ചരക്കുകളും നിയന്ത്രണമില്ലാതെ ഒഴുകിയെത്തുന്ന വ്യവസ്ഥയാണ് അത്.

നവ ഉദാരവല്ക്കരണമെന്നാൽ സർക്കാർ പിൻവാങ്ങിയ, അല്ലെങ്കിൽ സർക്കാർ ഇല്ലാത്ത, വ്യവസ്ഥയല്ല. നവ ഉദാരവല്ക്കരണം സർക്കാരിന്റെ സാന്നിദ്ധ്യം ആവശ്യപ്പെടുന്നുണ്ട്. സർക്കാർ പുതിയ ചുമതലകളിലേക്കു കേന്ദ്രീകരിക്കണം. പശ്ചാത്തല സൗകര്യമൊരുക്കുകയും നിക്ഷേപ സൗഹൃദ അന്തരീക്ഷം സൃഷ്ടിക്കുകയുമാണ് സർക്കാർ നിർവ്വഹിക്കേണ്ട ചുമതലകൾ. അതുതന്നെയാണ് ഇന്ത്യാ ഗവൺമെന്റ് ചെയ്യുന്നതും. വിദേശ മൂലധന നിക്ഷേപത്തിനു അനുകൂലമായ അനവധി നടപടികൾ സർക്കാർ കൈക്കൊണ്ടുവരുന്നു. അടിസ്ഥാന സൗകര്യ വികസനത്തിന് കോടിക്കണക്കിനു രൂപയുടെ മുതൽമുടക്ക് സർക്കാർ നടത്തുന്നു. ചരക്കുകളുടെയും സേവനങ്ങളുടെയും ഉല്പാദന-വിതരണ രംഗങ്ങൾ കൈയൊഴിഞ്ഞ് അവ കോർപ്പറേറ്റ് മേഖലയ്ക്ക് വിട്ടു നല്കിയിരിക്കുന്നു.

കോടികളുടെ നികുതി ഇളവുകൾ കോർപ്പറേറ്റു മേഖലയ്ക്ക് വെച്ചു നീട്ടുന്നു. 2015–16 സാമ്പത്തിക വർഷത്തിൽ 6,11,128.31 കോടി രൂപയുടെ നികുതി ഇളവുകളാണ് കോർപ്പറേറ്റ് മേഖലയ്ക്ക് നല്കപ്പെട്ടത്.

ഉദാരവല്കൃത വ്യവസ്ഥ അസന്തുലിതാവസ്ഥയാണ്. സ്വത്തിലും വരുമാനത്തിലെയും അസമത്വം വ്യവസ്ഥയുടെ അടിസ്ഥാന സ്വഭാവമാണ്. മൂലധന ശക്തികൾക്ക് നിക്ഷേപം നടത്താനും ലാഭം കൊയ്യാനും അത് അവസരവും സ്വാതന്ത്ര്യവും ഉറപ്പാക്കുന്നു. നികുതി ആനുകൂല്യങ്ങളും പൊതുകടവും തമ്മിൽ നേരിട്ടു ബന്ധമുണ്ട്. നികുതി സമാഹരണം ഇടിയുമ്പോൾ റവന്യൂ കമ്മി വർദ്ധിക്കുന്നു. റവന്യൂ കമ്മി നികത്താനും വികസന നിക്ഷേപത്തിനുമായി സർക്കാർ വായ്പയെ ആശ്രയിക്കുന്നു. റവന്യൂ കമ്മി വർദ്ധിപ്പിക്കുന്ന രണ്ട് ഘടകങ്ങളാണ് റവന്യൂ വരുമാനത്തിലെ ഇടിവും റവന്യൂ ചെലവ് വർദ്ധനയും. റവന്യൂ കമ്മി ഉയരുന്തോറും വായ്പയുടെ ഗണ്യമായ ഭാഗം കമ്മി നികത്താൻ ഉപയോഗിക്കപ്പെടും. അതനുസരിച്ച് മൂലധന നിക്ഷേപം ചുരുങ്ങും.

പൊതുകടത്തിന്റെ സ്രോതസ്സുകൾ സംബന്ധിച്ച് വ്യക്തത വരുത്തേണ്ടതുണ്ട്. പ്രധാനമായും മൂന്ന് മാർഗ്ഗങ്ങളിലൂടെയാണ് സർക്കാർ വായ്പാ സമാഹരണം നടത്തുന്നത്.

1. ആഭ്യന്തരവായ്പകൾ

എ. വിപണി വായ്പകൾ (കടപ്പത്രം മുഖേന)

ബി. ദേശീയ ചെറുകിട സമ്പാദ്യഫണ്ടിൽനിന്നും പ്രത്യേക കടപ്പത്രത്തിന്റെ അടിസ്ഥാനത്തിൽ

സി. ബാങ്കുകൾ മറ്റ് ധനകാര്യ സ്ഥാപനങ്ങൾ തുടങ്ങിയവയിൽനിന്നും.

2. കേന്ദ്രത്തിൽനിന്നും വായ്പകളും മുൻകൂറുകളും

3. പൊതുക്കണക്കിൽനിന്നും.

ഇവയിൽ 1(സി) യിൽ സൂചിപ്പിക്കുന്ന ധനകാര്യസ്ഥാപനങ്ങൾ എൽ ഐ സി, നബാർഡ്, നാഷണൽ കോ–ഓപ്പറേറ്റീവ് ഡെവലപ്പ്മെന്റ് കോർപ്പറേഷൻ (എൻ സി ഡി സി) എന്നിവയാണ്.

ഐറ്റം 3 ൽ സൂചിപ്പിക്കുന്ന പൊതുക്കണക്കിൽ.

1. ചെറുകിട സമ്പാദ്യം, പ്രോവിഡന്റ് ഫണ്ട് എന്നിവയിൽനിന്നുള്ള വായ്പകൾ.
2. കരുതൽ ഫണ്ടിൽനിന്നുള്ള വായ്പകൾ.
3. ഡെപ്പോസിറ്റുകളിൽനിന്നും മുൻകൂറുകളിൽനിന്നുമുള്ള വായ്പകൾ.
4. കണ്ടിൻജൻസി ഫണ്ടിൽനിന്നുള്ള വായ്പകൾ എന്നിവ ഉൾക്കൊള്ളുന്നു.

സംസ്ഥാനത്തിന്റെ പൊതുകടം വർദ്ധിക്കുകയാണ്. താഴെ പട്ടിക അതു വ്യക്തമാക്കും.

## പട്ടിക 1
## പൊതുകടം വളർച്ച

| വർഷം | പൊതുകടം | വർദ്ധന (കോടിരൂപ) | പലിശ |
|---|---|---|---|
| മാർച്ച് 31, 2006 | 47940 | | |
| 2007 | 52374 | 4434 | 4190 |
| 2008 | 58322 | 5948 | 4330 |
| 2009 | 66305 | 7983 | 4660 |
| 2010 | 75055 | 8750 | 5292 |
| 2011 | 82486 | 7431 | 5690 |
| 2012 | 93211 | 10725 | 6294 |
| 2013 | 108576 | 15365 | 7205 |
| 2014 | 124114 | 15538 | 8265 |
| 2015 | 142046 | 17932 | 9770 |
| 2016 | 159307 | 17261 | 10861 |

(അവലംബം *Budget in Brief Govt. of Kerala 2016-17*)

ഒറ്റനോട്ടത്തിൽ മനസ്സിലാക്കാവുന്നതു മൂന്ന് കാര്യങ്ങളാണ്. പൊതുകടം വർദ്ധിക്കുകയാണ്. ഓരോ വർഷവും കടം കൂടുകയാണ്. പലിശ ച്ചെലവ് ഉയരുകയാണ്.

പത്തുവർഷത്തെ കണക്കുകളുടെ പൊതു വിശകലനത്തിന് അക്കാദമിക് പ്രാധാന്യമേയുള്ളൂ. രണ്ട് മുന്നണികളാണ് ഭരണത്തിലുണ്ടായിരുന്നത്. 2006–2007 മുതൽ 2011 മേയ് വരെ ഇടതുപക്ഷ ജനാധിപത്യമുന്നണി സർക്കാരും 2011 മുതൽ 2016 മേയ് വരെ ഐക്യ ജനാധിപത്യമുന്നണി സർക്കാരും. രണ്ടിന്റെയും രാഷ്ട്രീയ വീക്ഷണവും സാമ്പത്തിക സമീപനവും തമ്മിൽ വ്യത്യാസമുണ്ട്. റവന്യൂ സമാഹരണം, റവന്യൂ ചെലവുകൾ, പൊതുകടം മൂലധനനിക്ഷേപം തുടങ്ങിയവയുടെ അളവുപരമായ കാര്യത്തിൽ വ്യത്യാസമുണ്ട്. അതുകൊണ്ട് 2006 മുതൽ 2011 വരെയുള്ള വിവരങ്ങളും 2011 മുതൽ 2016 വരെയുള്ള മറ്റൊരു ഘട്ടത്തിലെ വിവരങ്ങളും വെവ്വേറെ പരിശോധിച്ച് താരതമ്യപഠനത്തിനുവിധേയമാക്കുകയാവും യുക്തിസഹം, പ്രയോജനകരം.

2006 മാർച്ച് 31 ന് 47940 രൂപയായിരുന്നു പൊതുകടം. 2011 ൽ അത് 82486 കോടി രൂപയായി വളർന്നു. 72.06 ശതമാനം വർദ്ധന. പ്രതിവർഷം 14.46 ശതമാനം തോതിൽ. യു ഡി എഫ് ഭരണത്തിൽ പൊതുകടം 159307 കോടി രൂപയായി വർദ്ധിച്ചു. വർദ്ധന 93.13 ശതമാനം. പ്രതിവർഷം 18.63 ശതമാനം. പൊതുകട വർദ്ധനയുടെ ഒരു പ്രത്യാഘാതം പലിശച്ചെലവിലെ വർദ്ധനയാണ്. വായ്പ പ്രത്യുല്പാദനപരമല്ലാത്ത ചെലവുകൾക്ക് വിനിയോഗിക്കുമ്പോൾ പലിശച്ചെലവ് ബാദ്ധ്യതയാകും. എൽ ഡി എഫ് ഭര

ണത്തിൽ 4190 കോടി രൂപയിൽനിന്ന് പലിശച്ചെലവ് 5690 കോടി രൂപയിലേക്ക് വർദ്ധിച്ചപ്പോൾ, അതിനേക്കാൾ ഉയർന്നതോതിലായി യു ഡി എഫ് ഭരണത്തിൽ. 5690 കോടിയിൽനിന്ന് 10861 കോടി രൂപയിലേക്ക് വളർന്നു.

കടം പെരുകുന്തോറും പലിശച്ചെലവ് ഉയരും. മുതലും പലിശയും ചേർത്ത് മൊത്തം തിരിച്ചടവ് ബാദ്ധ്യതയും വർദ്ധിക്കും. വായ്പയുടെ ചെറിയൊരു ഭാഗമേ മൂലധന നിക്ഷേപത്തിന് അവശേഷിക്കൂ.

വർഷങ്ങൾ തിരിച്ചുള്ള തിരിച്ചടവ് ബാദ്ധ്യത സി എ ജി റിപ്പോർട്ട് വെളിപ്പെടുത്തിയിട്ടുണ്ട്. മൊത്തം പൊതുകടത്തിന്റെ 26.7% അതായത്, 25694.37 കോടി രൂപ അഞ്ച് വർഷത്തിനകം തിരിച്ചടയ്ക്കണം. 44.1% അഥവാ 42362.01 കോടി രൂപ ഏഴ് വർഷത്തിനകം തിരിച്ച് കൊടുക്കണം. സി എ ജി ഇങ്ങനെ കൂട്ടിച്ചേർക്കുന്നു: "പൊതു വിപണി വായ്പ 2007–08 മുതൽ ഉയർന്ന നിരക്കിൽ വർദ്ധിക്കുകയാണ്. ഇത് സംസ്ഥാനത്തിന്റെ ധനസ്ഥിതിക്കുമേൽ ഗുരുതരമായ പ്രത്യാഘാതമുണ്ടാക്കും. 2017–18 മുതൽ കടബാദ്ധ്യത നിറവേറ്റാൻ സംസ്ഥാന സർക്കാർ അധിക വരുമാനം കണ്ടെത്തേണ്ടിവരും." പുതുതായി അധികാരമേറ്റ ഗവൺമെന്റ് അടുത്ത അഞ്ചു വർഷത്തിൽ ഓരോ വർഷവും അധിക തുക വായ്പയും പലിശയും തിരിച്ചടയ്ക്കാൻ നീക്കിവയ്ക്കേണ്ടിവരും.

കൗതുകകരമായ മറ്റൊരു കാര്യം. 2011 മേയ് 18 നാണ് യു ഡി എഫ് സർക്കാർ അധികാരമേറ്റത്. ആദ്യം കൈക്കൊണ്ട തീരുമാനങ്ങളിൽ ഒന്ന് ധനസ്ഥിതി സംബന്ധിച്ച ധവളപത്രം ഇറക്കുകയായിരുന്നു. സമാനമായ മറ്റൊരു ധവളപത്രം 2001 ജൂണിൽ എൽ ഡി എഫ് സർക്കാർ അധികാരമൊഴിഞ്ഞ ഉടൻ യു ഡി എഫ് പുറപ്പെടുവിക്കുകയുണ്ടായി. രണ്ടിലെയും നിഗമനങ്ങളും വിമർശനങ്ങളും ഒന്നുതന്നെയായിരുന്നു: എൽ ഡി എഫ് സർക്കാരുകൾ സംസ്ഥാനത്തെ കടത്തിലാഴ്ത്തി. ആളോഹരി കടബാദ്ധ്യത വർദ്ധിച്ചു. റവന്യൂ കമ്മിയും ധനകമ്മിയും പെരുകി. ഗവൺമെന്റ് ഒഴിയുമ്പോൾ 3882 കോടി രൂപ ഖജനാവിൽ മിച്ചം വെച്ചുവെന്നായിരുന്നു മറ്റൊരു വിമർശനം. നിക്ഷേപകർക്ക് നല്കേണ്ട പലിശച്ചെലവ് യു ഡി എഫ് സർക്കാരിനു മേൽ ബാദ്ധ്യത വരുത്തുന്നു എന്നതായിരുന്നു വാദം. രണ്ടു വിമർശനങ്ങളും സാധൂകരിക്കുന്ന നടപടികളല്ല തുടർന്ന് നടപ്പാക്കപ്പെട്ടത്. കടം എന്നത്തേക്കാളും ഉയരത്തിൽ വർദ്ധിച്ചു എന്ന് പട്ടിക വ്യക്താക്കുന്നുണ്ട്. ട്രഷറി മിച്ചം വിമർശിക്കപ്പെടേണ്ടതല്ല. അടിയന്തര സാഹചര്യം നേരിടാൻ സർക്കാരിന് അത് സഹായകമാണ്. ഈ സാമാന്യതത്വം ധവളപത്രം അവഗണിച്ചു. ഏതായാലും 2015–16 ലെ സംസ്ഥാന ബഡ്ജറ്റ് അവസാനിക്കുന്നത് 105.21 കോടി രൂപയുടെ വിപരീത (Negative) ബാലൻസുമായിട്ടാണ്. 2016–17 ലെ ബഡ്ജറ്റ് വർഷം 247.77 കോടി രൂപയുടെ വിപരീതബാലൻസാണ്. (*ബഡ്ജറ്റ് പ്രസംഗം.* പേജ് 89)

ഖജനാവ് കാലിയാവുമ്പോഴാണ് അറ്റകൈപ്രയോഗമെന്ന നിലയിൽ റിസർവ്വ് ബാങ്കിൽനിന്ന് കൈവായ്പയും (Ways and means advance) ഓവർ ഡ്രാഫ്റ്റും എടുക്കുന്നത്. അത് നല്ല ധനകാര്യ മാനേജ്മെന്റിന്റെ

സൂചനയല്ല. 90 ദിവസമാണ് കൈവായ്പയുടെ കാലാവധി. ഓവർ ഡ്രാഫ്റ്റിന്റേത് 16 ദിവസവും. 2013–14 ൽ കേരള സർക്കാർ 1181.3 കോടി രൂപയുടെ കൈവായ്പയും ഓവർഡ്രാഫ്റ്റും എടുത്തു. 2014–15 ൽ 2651.07 കോടി രൂപയുടെ വായ്പയെടുത്തു. അതിനും പുറമെ കണ്ടിൻജൻസി ഫണ്ടിൽ നിന്നും 67.39 കോടി രൂപ കടമെടുത്തു. ഇന്ത്യൻ പ്രസിഡന്റിൽ അല്ലെങ്കിൽ സംസ്ഥാന ഗവർണറിൽ നിക്ഷിപ്തമാക്കിയ തുകയാണ് കണ്ടിൻജൻസി ഫണ്ട്. നിയമസഭയുടെ അനുവാദമില്ലാതെ അതിൽനിന്നും പിൻവലിക്കാം. പക്ഷേ, പിന്നീട് ഫണ്ടിലേക്ക് തുക നിക്ഷേപിക്കേണ്ടിവരും. ഖജനാവ് ശൂന്യമാവുമ്പോഴാണ് കണ്ടിൻജൻസി ഫണ്ടിനെ ആശ്രയിക്കുക.

ട്രഷറി മിച്ചത്തെ വിമർശിക്കുകയും പിന്നീട് ട്രഷറി മിച്ചത്തെ ന്യായീകരിക്കുകയും ചെയ്യുന്നത് വൈരുദ്ധ്യമാണ്. 2016 മാർച്ച് 31 ന് സംസ്ഥാന ട്രഷറിയിൽ 1673 കോടി രൂപയുടെ മിച്ചമുണ്ടായിരുന്നു. സർക്കാരിന്റെ ധനസ്ഥിതി വിലയിരുത്തേണ്ടത് ഒരു ദിവസത്തെ മിച്ചത്തിന്റെ അടിസ്ഥാനത്തിലല്ല. പ്രസ്തുത ദിവസത്തിന് മുമ്പും പിമ്പും സർക്കാരിന്റെ ചെലവു കൂടി നിർവ്വഹിക്കാൻ ട്രഷറിയിൽ പണമുണ്ടായിരുന്നുവോ എന്നതിന്റെ അടിസ്ഥാനത്തിലാണ്.

ഒരു സമ്പദ് വ്യവസ്ഥയ്ക്കു എത്ര കടം താങ്ങാനാവും? ഇത് സംബന്ധിച്ച് ആദ്യ പഠനങ്ങളും ശുപാർശകളും മുന്നോട്ടു വയ്ക്കുന്നത് ലോകബാങ്കും ഐ എം എഫുമാണ്. വികസ്വരരാജ്യങ്ങൾ ധാരാളമായി വിദേശ കടം സ്വീകരിക്കാൻ തുടങ്ങിയ പശ്ചാത്തലമാണ് കടത്തിന്റെ പ്രത്യാഘാതം സംബന്ധിച്ച പഠനങ്ങൾ പ്രസക്തമായത്.

ഇന്ത്യയിൽ പൊതു കട നിയന്ത്രണം നിയമം മുഖേന സ്ഥാപനവല്ക്കരിക്കുന്നതിന് തുടക്കമിട്ടത് എൻ ഡി എ സർക്കാരാണ്. 2000–01 ലെ കേന്ദ്ര ബഡ്ജറ്റ് പ്രസംഗത്തിൽ കടം നിയന്ത്രിക്കുന്നത് സംബന്ധിച്ച് പഠിച്ച് ശുപാർശ ചെയ്യാൻ കമ്മറ്റിയെ നിയമിച്ച കാര്യം പ്രഖ്യാപിക്കപ്പെട്ടു. 2003 ൽ ധനഉത്തരവാദിത്ത ബഡ്ജറ്റ് മാനേജ്മെന്റ് ബിൽ (Fiscal Responsibility & Budget Management Bill-FRBM) പാർലമെന്റ് പാസാക്കി. 2004 ൽ നിയമം പ്രാബല്യത്തിൽ വന്നു. 2008–09 ൽ ആരംഭിച്ച് അഞ്ച് വർഷത്തിനകം പടിപടിയായി റവന്യൂ കമ്മി പൂജ്യത്തിലെത്തിക്കണമെന്നും ധനകമ്മി 3% ത്തിലേക്ക് ചുരുക്കണമെന്നും നിയമം വ്യവസ്ഥചെയ്തു. കേന്ദ്ര നിയമത്തിന്റെ ചുവടു പിടിച്ച് സംസ്ഥാന സർക്കാർ കേരള ധന ഉത്തരവാദിത്ത (ഭേദഗതി) നിയമം അംഗീകരിച്ചു. 2011 നവംബർ 8 ന് നിയമം പ്രാബല്യത്തിലായി.

നിയമം അംഗീകരിക്കപ്പെട്ടെങ്കിലും അപൂർവ്വ സന്ദർഭങ്ങളിൽ മാത്രമേ ലക്ഷ്യത്തിലോ ലക്ഷ്യത്തിനടുത്തോ എത്തിയുള്ളൂ. എൽ ഡി എഫ് അക്കാര്യത്തിൽ പുരോഗതി കൈവരിച്ചു. 2006–07 ൽ സംസ്ഥാന ആഭ്യന്തര വരുമാനത്തിന്റെ 1.72 % മായിരുന്നു റവന്യൂ കമ്മി. 2010–11 ൽ അത് 1.28% മായി കുറച്ചു. നേരെമറിച്ച് യു ഡി എഫ് ഭരണത്തിൽ റവന്യൂ കമ്മിയും ധനകമ്മിയും നിരന്തരം ഉയർന്നു.

**പട്ടിക 2**

**കമ്മി-ലക്ഷ്യവും നേട്ടവും%**

| വർഷം | റവന്യൂകമ്മി ലക്ഷ്യം | നേട്ടം | ധനകമ്മി ലക്ഷ്യം | നേട്ടം |
|---|---|---|---|---|
| 2011–12 | 1.4 | 2.6 | 3.5 | 4.1 |
| 2012–13 | 0.9 | 2.7 | 3.5 | 4.3 |
| 2013–14 | 0.5 | 2.9 | 3.0 | 4.3 |
| 2014–15 | 0.0 | 3.1 | 3.0 | 3.1 |

(അവലംബം: *C A G Report on State Finances 2015*)

റവന്യൂ കമ്മി ധനപരമായ അസ്ഥിരതയുടെ സൂചകമായി പരിഗണിക്കപ്പെടുന്നു. രണ്ട് രീതിയിൽ റവന്യൂ കമ്മി കുറയ്ക്കാം. റവന്യൂ ചെലവു ചുരുക്കി, റവന്യൂ വരുമാനം ഉയർത്തി, അല്ലെങ്കിൽ രണ്ടു മാർഗ്ഗങ്ങളും സ്വീകരിച്ച്.

റവന്യൂ കമ്മിയും വായ്പയും ചേർന്നതാണ് ധനകമ്മി. റവന്യൂ കമ്മിയും ധനകമ്മിയും കുറയ്ക്കാനുള്ള ഒരു വഴി സർക്കാരിന്റെ മൊത്തം ചെലവ് ചുരുക്കുകയാണ്. അതാണ് നവ ഉദാരവല്ക്കരണ നടപടി. സർക്കാരിന്റെ പ്രവർത്തനമേഖല ചുരുക്കുകയാണ് ആകെ ചെലവു കുറയ്ക്കാനുള്ള മാർഗ്ഗം. സാമൂഹ്യ സുരക്ഷാ ചെലവുകൾ, സബ്സിഡികൾ, ആരോഗ്യ–വിദ്യാഭ്യാസ ചെലവുകൾ തുടങ്ങിയവയിൽ വെട്ടിക്കിഴിവു വരുത്തിയാണ് ചെലവു ചുരുക്കൽ നടപ്പാക്കുന്നത്. ശമ്പളം, പെൻഷൻ തുടങ്ങിയവയിൽ പരിഷ്കാരങ്ങൾ ഏർപ്പെടുത്തുകയും നടപടികളാണ്. ക്ഷേമ പെൻഷനുകൾ ഉയർത്തുക. പക്ഷേ നല്കാതിരിക്കുക. വിലക്കയറ്റനിയന്ത്രണത്തിനുള്ള സബ്സിഡികൾ ഒഴിവാക്കുക, ശമ്പള പരിഷ്കരണം നീട്ടിവെക്കുക, പങ്കാളിത്ത പെൻഷൻ ഏർപ്പെടുത്തുക നിയമനങ്ങൾ തടയുക തുടങ്ങിയവയെല്ലാം ചെലവു ചുരുക്കലിന്റെ പ്രവൃത്തി രൂപങ്ങളാണ്. ജനങ്ങളുടെ ക്ഷേമപദ്ധതികൾ മരവിപ്പിക്കുകയും വാങ്ങൽ ശേഷി തളർത്തുകയും ചെയ്യുന്ന ഓരോ നടപടിയും സമ്പദ് വ്യവസ്ഥയുടെ ചലനാത്മകത നഷ്ടപ്പെടുത്തും.

റവന്യൂ വരുമാനം ഉയർത്തുകയാണ് പ്രായോഗികവും ശാസ്ത്രീയവുമായ പോംവഴി. "കഴിഞ്ഞ നാല് വർഷവും ബഡ്ജറ്റ് വിഭാവനം ചെയ്ത റവന്യൂ വരുമാനം സമാഹരിക്കുന്നതിലുണ്ടായ വീഴ്ചയാണ് റവന്യൂ കമ്മിയും ധനകമ്മിയും വർദ്ധിക്കാൻ കാരണം" എന്ന് സി എ ജി വിമർശിക്കുന്നു. (*C A G Report on State Finances for the year ended 31st March 2015- Executive Summary page viii*).

താഴെ പട്ടിക റവന്യൂ വരുമാനത്തിലുണ്ടായ ശോഷണം വ്യക്തമാക്കും.

## പട്ടിക 3
## റവന്യൂ വരുമാനം (കോടി രൂപ)

| വർഷം | റവന്യൂ വരുമാനം ബഡ്ജറ്റ് ലക്ഷ്യം | നേട്ടം | നേട്ടം ലക്ഷ്യ ത്തിന്റെ (%) |
|---|---|---|---|
| 2006–07 | 1940 | 18186 | 95.01 |
| 2007–08 | 21446 | 21107 | 98.41 |
| 2008–09 | 24936 | 24512 | 98.29 |
| 2009–10 | 28154 | 26109 | 92.73 |
| 2010–11 | 31181 | 30991 | 99.39 |
| 2011–12 | 38547 | 38010 | 98.46 |
| 2012–13 | 48142 | 44137 | 91.68 |
| 2013–14 | 58058 | 49177 | 84.70 |
| 2014–15 | 64842 | 57950 | 89.37 |
| 2015–16 | 77427 | 67150 | 86.72 |

(അവലംബം *R B I - Data book on Indian Economy*)

യു ഡി എഫ് ഭരണത്തിൽ റവന്യൂ വരുമാനം തുടർച്ചയായി ഇടിഞ്ഞു എന്ന് പട്ടിക വ്യക്തമാക്കുന്നു. എൽ ഡി എഫിന്റെ ആദ്യ നാലു വർഷം ലക്ഷ്യത്തിനോടടുപ്പിച്ച നേട്ടം കൈവരിച്ചു. 2009–10 ൽ ഉണ്ടായ ഇടിവിന് കാരണം മുൻവർഷത്തെ അപേക്ഷിച്ച് കേന്ദ്ര നികുതി വിഹിതത്തിലും ഗ്രാന്റിലുമുണ്ടായ 21.66% കുറവാണ്. എന്നാൽ യു ഡി എഫ് ഭരണത്തിൽ 2011–12 മുതൽ റവന്യൂ വരുമാന സമാഹരണം കാര്യമായി ഇടിഞ്ഞു. റവന്യൂ കമ്മി ഉയരാനും കടം പെരുകാനും കാരണം മറ്റൊന്നല്ല.

പൊതുകടവും സംസ്ഥാന ആഭ്യന്തരവരുമാനവും തമ്മിലുള്ള സുസ്ഥിര അനുപാതം സമ്പദ് വ്യവസ്ഥയുടെ ആരോഗ്യത്തിന്റെ സൂചിക യാണ്. ആഭ്യന്തരവരുമാനം ഉയരുമ്പോൾ പൊതു കടം താങ്ങുന്നതിന് സമ്പദ് വ്യവസ്ഥയ്ക്ക് കഴിവ് കൈവരുന്നു. കടവും തന്മൂലമുണ്ടാകുന്ന മൂലധന നിക്ഷേപവും ആഭ്യന്തര വരുമാനം വളർത്തും.

പൊതു കടവും ആഭ്യന്തരവരുമാനവും തമ്മിലെ അനുപാതം 29.8% മായിരിക്കണമെന്നാണ് 13–ാം ധനകമ്മീഷൻ ശിപാർശ ചെയ്തത്. ഒരിക്കൽ മാത്രമേ ആ ലക്ഷ്യം സാക്ഷാൽക്കരിക്കപ്പെട്ടിട്ടുള്ളൂ. മറ്റെല്ലാ വർഷ ങ്ങളിലും ഉയർന്ന അനുപാതമായിരുന്നു.

## പട്ടിക 4
## കടവും ആഭ്യന്തര വരുമാനവും

| വർഷം | കടവും സംസ്ഥാന ആഭ്യന്തര വരുമാനവും അനുപാതം (%) |
|---|---|
| 2006 | 33.50 |
| 2007 | 32.40 |
| 2008 | 34.00 |
| 2009 | 33.40 |
| 2010 | 33.30 |
| 2011 | 32.80 |
| 2012 | 29.80 |
| 2013 | 31.20 |
| 2014 | 31.30 |
| 2015 | 31.40 |

(അവലംബം *R B I - A Study of State budgets*)

വായ്പാ സമാഹരണം മുഴുവനും റവന്യൂ കമ്മി നികത്താനും മൂലധന നിക്ഷേപത്തിനുമായി ലഭിക്കുകയില്ല. ഒരു ഭാഗം മുതലും പലിശയും തീർക്കാൻ മാറ്റിവയ്ക്കണം. അപ്രകാരം മാറ്റിവയ്ക്കപ്പെടുന്ന തുകയും കടവും തമ്മിലുള്ള അനുപാതമാണ് വായ്പയുടെ അറ്റ ലഭ്യത. (Net availability of borrowed funds) കടം ഉൾക്കൊള്ളാനുള്ള ശേഷിയുടെ ഒരു മാനദണ്ഡമാണിത്. മറ്റൊരു മാനദണ്ഡം പലിശയും മൊത്തം റവന്യൂ വരുമാനവും തമ്മിലുള്ള അനുപാതമാണ്. വായ്പേതരവരുമാനമിച്ചമാണ് ഇനിയൊരു മാനദണ്ഡം. വായ്പേതര വരുമാനത്തിൽനിന്ന് (Non-debt receipts) അധിക പലിശയും അധിക പ്രാഥമികച്ചെലവും കുറച്ചതാണ് വായ്പേതര മിച്ചം.

മാനദണ്ഡം എന്തുമാകട്ടെ സംസ്ഥാനത്തിന്റെ പൊതു കടം വർദ്ധിക്കുകയാണ്. ഇത് അപകടകരമെന്നു വ്യാഖ്യാനിക്കുന്നവർ കുറവല്ല. കടത്തിന് പരിധി വേണമെന്നവർ ശഠിക്കുന്നു. പക്ഷേ, കടത്തെ സംസ്ഥാനത്തിന്റെ സാമ്പത്തിക സ്ഥിതിയും വികസന ആവശ്യവുമായി ബന്ധപ്പെടുത്തി വേണം വിലയിരുത്തുവാൻ. ഏകപക്ഷീയമായി പരിധി നിശ്ചയിക്കുന്നത് യുക്തിസഹമല്ല. കണക്കറ്റ് വായ്പ സ്വീകരിക്കുന്നതിനുള്ള ന്യായവാദമല്ല അത്. റവന്യൂ വരുമാനമുയർത്തി, റവന്യൂ കമ്മി നിയന്ത്രിച്ച്, കടം വാങ്ങി മൂലധന നിക്ഷേപം വളർത്തുകയാവണം തന്ത്രം.

പൊതുകടം വിലക്കയറ്റം സൃഷ്ടിക്കാം. ഉല്പാദനവും വരുമാനവും ഒപ്പം വർദ്ധിക്കുമ്പോൾ വിലക്കയറ്റം നിയന്ത്രിതമാകും. വരുമാനവർദ്ധനവും ഉല്പാദനവും തമ്മിലെ കാലദൈർഘ്യം ഏറുന്തോറും വിലക്കയറ്റ സാദ്ധ്യ

തയും വർദ്ധിക്കും. പൊതുകടം, നിർജ്ജീവമായി പണ വരുമാനം സമ്പദ് വ്യവസ്ഥയുടെ സജീവ ചംക്രമണത്തിലേക്ക് കൊണ്ടുവരുന്നു. ഉല്പാദനത്തിനെടുത്ത ഇടവേള വിലക്കയറ്റത്തിന് വഴിമരുന്നിടും.

പൊതുകടവളർച്ചയും മൂലധന അടങ്കലും (Capital outlay) തമ്മിൽ എല്ലായ്പ്പോഴും ബന്ധമില്ല. വായ്പ മൂലധനേതരാവശ്യങ്ങൾക്കായി വഴി മാറ്റപ്പെടുന്നതു കൊണ്ടാണത്.

മൂലധനച്ചെലവും മൂലധന അടങ്കലും ഒന്നല്ല. മൂലധനച്ചെലവിൽ നിന്നും വായ്പാ തിരിച്ചടവും മുൻകൂറുകളും (Advances) ഒഴിവാക്കിയതാണ് മൂലധന അടങ്കൽ. മൂലധന അടങ്കലാണ് ആസ്തി നിർമ്മിതിക്ക് പ്രയോജനപ്പെടുന്നത്.

## പട്ടിക 5
## മൂലധന നിക്ഷേപം

| വർഷം | മൂലധന അടങ്കൽ അടങ്കൽ (%) (മുൻവർഷത്തേക്കാൾ) |
|---|---|
| 2006–07 | 10.52 |
| 2007–08 | 63.34 |
| 2008–09 | 14.98 |
| 2009–10 | 21.40 |
| 2010–11 | 63.38 |
| 2011–12 | 14.53 |
| 2012–13 | 19.46 |
| 2013–14 | –6.71 |
| 2014–15 | –0.93 |
| 2015–16 | 65.17 |

എൽ ഡി എഫ് ഭരണത്തിൽ മൂലധന അടങ്കൽ പ്രതിവർഷം ശരാശരി 34.72% നിരക്കിൽ വർദ്ധിച്ചു. എന്നാൽ, യു ഡി എഫിന്റെ അഞ്ചു വർഷത്തെ ശരാശരി വാർഷിക വളർച്ചാ നിരക്ക് 18.31% ആയി ചുരുങ്ങി. മാത്രവുമല്ല 2013–14 ലും 14–15 ലും മൂലധന അടങ്കൽ വിപരീതമായിരുന്നു.

കടം അപകടകാരിയല്ല. കടം വാങ്ങി ദുർച്ചെലവു നടത്തുന്നതാണ് അപകടകരം. ആസ്തി നിർമ്മിതിക്ക് ചെലവാക്കുന്നത് സമ്പദ് വ്യവസ്ഥയുടെ കരുത്തും തിരിച്ചടവുശേഷിയും ഉയർത്തും.

# 8

# കമ്മിക്ക് കാരണം

**സാ**മ്പത്തിക പ്രവർത്തനങ്ങളെ സ്വാധീനിക്കുന്ന ഘടകങ്ങളാണ് വിഭവ സമാഹരണവും വിനിയോഗവും. സമ്പാദ്യം, നിക്ഷേപം, ഉല്പാദനം, തൊഴിൽ, വരുമാനം, വില്പന, ലാഭം തുടങ്ങിയവയും അവയുടെ പരസ്പര ബന്ധങ്ങളും വളർച്ചയുമാണ് സാമ്പത്തിക പ്രവർത്തനങ്ങൾ എന്നതുകൊണ്ട് വിവക്ഷിക്കുന്നത്. ഇവയിലോരോന്നിനെയും സ്വാധീനിക്കുവാൻ വിഭവ സമാഹരണത്തിനും വിഭവ വിനിയോഗത്തിനും കഴിയും. നികുതികളാണ് സർക്കാരിന്റെ പ്രധാന വിഭവ സ്രോതസ്സ്. വർദ്ധിച്ച നികുതി, സമ്പാദ്യവും നിക്ഷേപവും ഉല്പാദനവും കുറയ്ക്കും. സാമ്പത്തിക പ്രവർത്തനങ്ങൾ മന്ദഗതിയിലാകും. അതുകൊണ്ട് നികുതി നിരക്ക് ന്യായായുക്തവും നീതിപൂർവ്വവുമാകണം. കഴിവുള്ളവർ കൂടുതൽ നല്കണമെന്നതാണ് അംഗീകൃത നികുതി സിദ്ധാന്തം. അതേസമയം, ജനക്ഷേമ പ്രവർത്തനങ്ങൾക്കും വികസനത്തിനും തികയണം. ദീർഘവീക്ഷണവും ലക്ഷ്യബോധവും ഒരുപോലെ ആവശ്യമാക്കുന്നതാണ് വിഭവസമാഹരണവും വിനിയോഗവും തമ്മിലെ സംയോഗം.

സംസ്ഥാന വരുമാനം രണ്ടായി തിരിക്കാം. റവന്യൂവരുമാനവും മൂലധന വരുമാനവും. 2016–17 ൽ സംസ്ഥാനത്തിന്റെ റവന്യൂവരുമാനം 80620.09 കോടിരൂപയായിരുന്നു. മൂലധന വരുമാനം 23365.80 കോടിയും. ആകെ വരുമാനം 103985.90 കോടി രൂപ.

വായ്പയാണ് മൂലധന വരുമാനം (Capital receipts). അങ്ങനെ വിശേഷിപ്പിക്കാൻ കാരണമുണ്ട്. വായ്പ വാങ്ങി മൂലധന നിക്ഷേപം നടത്തുന്നു എന്നാണ് സങ്കല്പം, വാസ്തവം അങ്ങനെ അല്ലെങ്കിലും. വായ്പയുടെ സിംഹഭാഗവും റവന്യൂ കമ്മി നികത്താനും മറ്റു ചെലവുകൾക്കുമാണ് വിനിയോഗിക്കപ്പെടുന്നത്. മൂലധന നിക്ഷേപം ആസ്തികൾ സൃഷ്ടിക്കും.

തുടർവർഷങ്ങളിൽ സേവനമോ വരുമാനമോ നല്കുന്നവയാണ് ആസ്തികൾ. റോഡുകൾ, പാലങ്ങൾ, വൈദ്യുതി നിലയങ്ങൾ, ജലസേചന പദ്ധതികൾ, തുറമുഖങ്ങൾ, സ്കൂളുകൾ, ആശുപത്രികൾ, കെട്ടിടങ്ങൾ തുടങ്ങിയവ സമൂഹത്തിന്റെ ആസ്തികളാണ്. അവ വരുമാനമോ സേവനമോ നല്കികൊണ്ടിരിക്കും തുടർ വർഷങ്ങളിൽ.

റവന്യൂ വരുമാനം ആസ്തികൾ സൃഷ്ടിക്കുന്നില്ല. ഉദാഹരണം നികുതികൾ. നികുതിവരുമാനം ആസ്തികൾ സൃഷ്ടിക്കാൻ ഉപയോഗിച്ചുകൂടെന്നില്ല. എന്നാൽ എല്ലാ സംസ്ഥാനങ്ങളിലും കേന്ദ്രത്തിലും റവന്യൂ വരുമാനത്തേക്കാൾ കൂടുതലാണ് റവന്യൂ ചെലവുകൾ. അതുകൊണ്ട് റവന്യൂ വരുമാനം ആസ്തികൾ സൃഷ്ടിക്കാൻ ഉപകരിക്കുന്നില്ല. വായ്പയും നികുതിയും തമ്മിൽ മറ്റൊരു പ്രധാന വ്യത്യാസമുണ്ട്. വായ്പ നല്കിയ വ്യക്തിക്കോ സ്ഥാപനത്തിനോ വായ്പയും പലിശയും തിരിച്ചുകിട്ടാൻ അവകാശമുണ്ട്. എന്നാൽ നികുതി ദായകന് അതു തിരിച്ചുലഭിക്കാൻ അവകാശമില്ല. മാത്രവുമല്ല. നികുതിപ്പണമുപയോഗിച്ച് നികുതിദായകന് പ്രത്യേകമായ ആനുകൂല്യം ലഭ്യമാക്കണമെന്ന് ആവശ്യപ്പെടാനുമാവില്ല. നികുതിപ്പണംകൊണ്ടുള്ള പൊതു സേവനങ്ങൾ മറ്റുള്ളവരെപ്പോലെ നികുതി ദായകനും ലഭ്യമാകും. ഉദാഹരണമായി, ജനങ്ങളുടെ ജീവനും സ്വത്തിനും സംരക്ഷണം നല്കുന്നതിനാണ് പൊലീസ്. പ്രസ്തുത സേവനം നികുതി ദായകർക്കും അല്ലാത്തവർക്കും ലഭ്യമാണ്. റോഡുകൾ, ആശുപത്രികൾ തുടങ്ങിയവയും ഏവർക്കും ഉപയോഗിക്കാവുന്ന പൊതു സേവനങ്ങളാണ്.

റവന്യൂ വരുമാനത്തിന്റെ മറ്റൊരു പ്രത്യേകത അതിന്റെ ആവർത്തന സ്വഭാവമാണ്. ഒരു വർഷം മാത്രമല്ലല്ലോ നികുതി വസൂലാക്കപ്പെടുന്നത്. റവന്യൂ ചെലവുകൾക്കുമുണ്ട് ആവർത്തന സ്വഭാവം. സ്കൂൾ കെട്ടിടം ആസ്തിയാണെന്നു സൂചിപ്പിച്ചു. ഒരിക്കൽ നിർമ്മിച്ചു കഴിഞ്ഞാൽ കെട്ടിടം വീണ്ടും നിർമ്മിക്കേണ്ടതില്ല. എന്നാൽ, കെട്ടിടത്തിനുവേണ്ട അറ്റകുറ്റപ്പണിച്ചെലവുകൾ ആവർത്തന സ്വഭാവമുള്ള റവന്യൂചെലവുകളാണ്. ഓഫീസ് ആവശ്യങ്ങൾക്കുള്ള സ്റ്റേഷനറി റവന്യൂ ചെലവിൽപ്പെടും. ശമ്പളം, പെൻഷൻ, പലിശ മുതലായവ പ്രധാന റവന്യൂ ചെലവുകളാണ്.

**പട്ടിക 1**

**സംസ്ഥാനത്തിന്റെ റവന്യൂ വരുമാനഘടന**

**(2016–17)**

| | ഇനം | റവന്യൂ വരുമാനം (%) |
|---|---|---|
| 1. | തനതു നികുതികൾ | 55.25 |
| 2. | തനതുനികുതിയേതര ഇനങ്ങൾ | 12.47 |
| 3. | കേന്ദ്ര നികുതി വിഹിതവും ഗ്രാന്റുകളും | 32.28 |

## പട്ടിക 2
## തനതു നികുതി ഘടന (2016–17)

| | ഇനം | തനതു നികുതി (%) |
|---|---|---|
| 1. | കാർഷികാദായ നികുതി | 0.01 |
| 2. | ഭൂനികുതി | 0.36 |
| 3. | സ്റ്റാമ്പുകളും രജിസ്ട്രേഷനും | 6.70 |
| 4. | സംസ്ഥാന എക്സൈസ് തീരുവ | 5.41 |
| 5. | വില്പന നികുതിയും വാറ്റും | 78.94 |
| 6. | മോട്ടോർ വാഹന നികുതി | 7.29 |
| 7. | വൈദ്യുതി നികുതിയും തീരുവയും | 0.35 |
| 8. | ചരക്കുകളുടെയും സേവനങ്ങളുടെയും മേൽ മറ്റ് നികുതികൾ | 0.94 |

രണ്ട് പട്ടികകളും പരിശോധിച്ചാൽ മൂന്നു കാര്യങ്ങൾ വ്യക്തമാകും:

1. റവന്യൂ വരുമാനത്തിൽ മുഖ്യ ഭാഗം തനത് നികുതിയിൽനിന്നാണ്.

2. തനത് നികുതി വരുമാനത്തിൽ 79% ലഭിക്കുന്നത് വില്പന നികുതിയിൽനിന്നാണ്

3. വില്പന നികുതി വരുമാനത്തിലെ വീഴ്ച–താഴ്ചകൾ സംസ്ഥാനത്തിന്റെ ധനസ്ഥിതിയും സർക്കാരിന്റെ ഇടപെടൽ ശേഷിയും നിർണ്ണയിക്കുന്നു.

തനതു നികുതി വരുമാന സമാഹരണത്തെ സ്വാധീനിക്കുന്ന പ്രധാന ഘടകമായി പലപ്പോഴും ചൂണ്ടിക്കാണിക്കപ്പെടുന്നത് ആഭ്യന്തര വരുമാന വർദ്ധനയാണ്. അവ തമ്മിൽ നേർ ബന്ധമുണ്ടെന്നു വാദിക്കപ്പെടുന്നു. ആഭ്യന്തരവരുമാനവർദ്ധന ആഭ്യന്തര കമ്പോളം വികസിപ്പിക്കും. ഉയർന്ന വില്പന നികുതി സമാഹരണം സാദ്ധ്യമാക്കും. മറിച്ച്, ആഭ്യന്തര വരുമാന ഇടിവ്, നികുതി സമാഹരണം കുറയ്ക്കും. ഈ വാദത്തിന്റെ നിജസ്ഥിതി രണ്ടിന്റെയും താരതമ്യത്തിന്റെ അടിസ്ഥാനത്തിൽ വിലയിരുത്താം.

## പട്ടിക 3
## ആഭ്യന്തര വരുമാനവും നികുതി സമാഹരണവും

| വർഷം | ആഭ്യന്തര വരുമാന വർദ്ധന നിരക്ക്(%) | തനത് നികുതി വരുമാനവർദ്ധന നിരക്ക് (%) |
|---|---|---|
| 2006–07 | 7.9 | 22.10 |
| 2007–08 | 8.8 | 14.50 |

| | | |
|---|---|---|
| 2008–09 | 5.6 | 17.00 |
| 2009–10 | 9.2 | 10.20 |
| 2010–11 | 6.9 | 23.23 |
| 2011–12 | 8.0 | 18.4 |
| 2012–13 | 8.2 | 16.9 |
| 2013–14 | 7.2 | 6.38 |
| 2014–15 | 6.67 | 10.11 |

കുറഞ്ഞ ആഭ്യന്തര വരുമാന വർദ്ധന കൈവരിച്ച 2006–07 ൽ ഉയർന്ന നികുതി സമാഹരണം സാദ്ധ്യമായി. 7.9 ശതമാനമായിരുന്നു സംസ്ഥാന വരുമാന വർദ്ധന. നികുതി വരുമാന വർദ്ധന 22.10 ശതമാനവും. 2008–09 ൽ 5.6 ശതമാനം സംസ്ഥാന വരുമാനം ഉയർന്നപ്പോൾ നികുതി വർദ്ധന നിരക്ക് 17 ശതമാനമായിരുന്നു. അതേപോലെ 6.9 ശതമാനം വളർച്ചാ നിരക്കുണ്ടായ 2010–11 ൽ നികുതി സമാഹരണ വർദ്ധന 23.23 ശതമാനമായിരുന്നു. മറിച്ച് ഏറ്റവും ഉയർന്ന ആഭ്യന്തരവരുമാന വർദ്ധന നിരക്ക് കൈവരിച്ച 2009–10 ൽ നികുതി വരുമാന വളർച്ച നിരക്ക് 10.20 ശതമാനമായി.

ആഭ്യന്തര വരുമാന വർദ്ധന നിരക്കും തനതു നികുതി വരുമാന വർദ്ധന നിരക്കും തമ്മിൽ നേരിട്ടു ബന്ധമില്ല എന്നാണ് നിഗമനം. ആഭ്യന്തരവരുമാനം നികുതി വരുമാനത്തിൽ യാതൊരു സ്വാധീനവും ചെലുത്തുന്നില്ല എന്ന നിഗമനത്തിൽ എത്താൻ പട്ടിക സഹായകമല്ല. മറിച്ച്, നികുതി നിരക്കും നികുതി സമാഹരണത്തിൽ പ്രകടമാവുന്ന ജാഗ്രതയുമാണ് നികുതി സമാഹരണത്തിലെ പ്രധാന സ്വാധീനങ്ങൾ എന്നാണ് തെളിയിക്കുന്നത്.

തനതു നികുതി വരുമാന വർദ്ധനയുടെ മാത്രം പരിശോധനയിൽ നിന്നു വ്യക്തമാവുന്ന മറ്റൊരു കാര്യമുണ്ട്. എൽ ഡി എഫ് ഭരണത്തിലിരുന്ന ആദ്യത്തെ അഞ്ചു വർഷം 17.40 ശതമാനം പ്രതിവർഷ വർദ്ധന നിരക്ക് കൈവരിച്ചപ്പോൾ യു ഡി എഫ് ഭരണത്തിൽ കൈവരിച്ചത് 12.94 ശതമാനം വാർഷിക വർദ്ധന നിരക്കാണ്.

പ്രമുഖ സംസ്ഥാന നികുതികൾ വില്പന നികുതി, മോട്ടോർ വാഹന നികുതി, എക്സൈസ് തീരുവ, സ്റ്റാമ്പുകളും രജിസ്ട്രേഷനും എന്നിവയാണ്. നാലും ചേർന്നാൽ മൊത്തം തനതു നികുതി വരുമാനത്തിന്റെ 98 ശതമാനമായി. ഈ നാലു നികുതികളുടെ സമാഹരണത്തിലുണ്ടാകുന്ന വീഴ്ച ആകെ നികുതിവരുമാനമിടിക്കും. സംസ്ഥാനത്തിന്റെ ധനസ്ഥിതി തകിടം മറിയും; പ്രത്യേകിച്ചും വില്പന നികുതി സമാഹരണം ഇടിയുമ്പോൾ.

## പട്ടിക 4
## തനതു നികുതി വരുമാനം

| വർഷം | നേട്ടം (%) |
|---|---|
| 2006–07 | 108.41 |
| 2007–08 | 99.12 |
| 2008–09 | 101.32 |
| 2009–10 | 96.69 |
| 2010–11 | 104.01 |
| 2011–12 | 96.53 |
| 2012–13 | 93.63 |
| 2013–14 | 82.53 |
| 2014–15 | 82.96 |
| 2015–16 | 85.85 |

ഓരോ വർഷവും സംസ്ഥാന ബജറ്റിൽ ലക്ഷ്യമിട്ടതിന്റെ എത്ര ശതമാനം സമാഹരിക്കാൻ കഴിഞ്ഞു എന്ന വിവരമാണ് പട്ടികയിലുള്ളത്.

എൽ ഡി എഫ് ഭരണത്തിൽ ബജറ്റ് ലക്ഷ്യമിട്ടതിലേറെയോ അതോടടുപ്പിച്ചോ നേട്ടം കൈവരിക്കാൻ കഴിഞ്ഞു. അതാണ് ആദ്യ അഞ്ചു വർഷത്തെ കണക്കുകൾ കാണിക്കുന്നത്. എന്നാൽ യു ഡി എഫ് ഭരണത്തിൽ തനതു നികുതി സമാഹരണം ഒരിക്കൽപ്പോലും ലക്ഷ്യം കൈവരിച്ചില്ല. 17–18 ശതമാനംവരെ ഇടിവു രേഖപ്പെടുത്തുകയും ചെയ്തു. നികുതി സമാഹരണം ഇടിഞ്ഞു എന്നു മാത്രമല്ല, വർദ്ധിച്ച നിരക്കിൽ ഇടിഞ്ഞു. 2011–12 ൽ 3.47 ശതമാനം ഇടിവ് രേഖപ്പെടുത്തിയപ്പോൾ 2015–16 ൽ 14.15 ശതമാനം രേഖപ്പെടുത്തി.

നാലു പ്രധന നികുതികളിൽ പ്രമുഖം വില്പന നികുതിയാണ്. 78.94 ശതമാനം ലഭിക്കുന്നത് വില്പന നികുതിയിൽനിന്നാണ്. രണ്ട് ഭരണത്തിലെ കണക്കുകളുടെ താരതമ്യം നികുതി പിരിവിന്റെ യഥാർത്ഥ ചിത്രം വ്യക്തമാക്കും. 2006–07 ൽ ബജറ്റ് ലക്ഷ്യമിട്ടത് 7930 കോടി രൂപ പിരിക്കാനായിരുന്നു. 8563 കോടി രൂപ പിരിച്ചു. 107.98 ശതമാനം. 2016–17 ൽ ബജറ്റ് ലക്ഷ്യം 47613.61 കോടി രൂപയായിരുന്നു. സമാഹരിച്ചതോ 44547.63 കോടി രൂപ. അതായത് 85.85 ശതമാനം വിശദാംശങ്ങൾ പട്ടിക വ്യക്തമാക്കും

## പട്ടിക 4
## വില്പന നികുതി

| വർഷം | നേട്ടം (%) |
|---|---|
| 2006–07 | 107.98 |
| 2007–08 | 93.38 |

| | |
|---|---|
| 2008–09 | 107.16 |
| 2009–10 | 100.29 |
| 2010–11 | 104.67 |
| 2011–12 | 97.48 |
| 2012–13 | 95.99 |
| 2013–14 | 87.35 |
| 2014–15 | 87.45 |
| 2015–16 | 78.82 |
| 2016–17 | 78.94 |

വില്പന നികുതി/വാറ്റ് പിരിവ് 2011–12 മുതൽ തുടർച്ചയായി ഇടിയുകയാണ്. സമാനമായ കുറവ് മറ്റ് നികുതികളിലും ഉണ്ടായി. എക്സൈസ് തീരുവ 2015–16 ൽ ലക്ഷ്യമിട്ടതിന്റെ 55.39 ശതമാനമേ സമാഹരിച്ചുള്ളൂ. മോട്ടോർ വാഹന നികുതി 84.46 ശതമാനമേ സമാഹരിച്ചുള്ളൂ. സ്റ്റാമ്പുകളും രജിസ്ട്രേഷനും ഇനത്തിൽ ബജറ്റ് ലക്ഷ്യത്തിന്റെ 71.21 ശതമാനം സമാഹരിച്ചു. 2014–15 ൽ നിർദ്ദേശിക്കപ്പെട്ട നികുതി പൂർണ്ണമായി പിരിച്ചെടുത്തിരുന്നെങ്കിൽ 6946 കോടിയുടെ അധികവരുമാനം ലഭിക്കുമായിരുന്നു. അക്കൊല്ലത്തെ റവന്യൂ കമ്മി 13796 കോടിയാണ്. റവന്യൂ കമ്മിയും കടവും 6850 കോടി രൂപയിലേക്ക് ചുരുക്കാമായിരുന്നു. 2011–12 മുതൽ 2014–15 വരെ ആകെ നഷ്ടപ്പെടുത്തിയത് 15974 കോടി രൂപയാണ്. നികുതി പിരിവു സംവിധാനം അഴിമതി രഹിതവും കാര്യക്ഷമവും കുറ്റമറ്റതുമായിരുന്നെങ്കിൽ സമാഹരിക്കാമായിരുന്ന വരുമാനമാണത്.

മൊത്തം തനതു റവന്യൂ വരുമാനത്തിന്റെ എട്ടിലൊന്നുഭാഗം ലഭിക്കുന്നത് നികുതിയേതരവരുമാനം വഴിയാണ്. നികുതിയേതരവരുമാന സ്രോതസ്സുകൾ വിപുലീകരിക്കുന്ന കാര്യത്തിൽ കാര്യമായ ആലോചനകൾ ഒരു തലത്തിലും നടക്കുന്നില്ല. തല്പരവിഭാഗങ്ങളിൽനിന്നും ഉയർന്നേക്കാവുന്ന പ്രതിഷേധമാണ് പൊതു ചർച്ചകളുടെ പോലും ഭാഗമാക്കാതെ നികുതിയേതരവരുമാനം മാറ്റി നിർത്തപ്പെടുന്നത്. 2006–07 ൽ ആകെ റവന്യൂ വരുമാനത്തിന്റെ 5.15 ശതമാനമായിരുന്നു നികുതിയേതരവരുമാനം. 2014–15 ൽ 12.56 ശതമാനമായി വർദ്ധിച്ചതിനു കാരണം നിരക്കിൽ വരുത്തിയ വർദ്ധന മൂലമല്ല; അടിത്തറ വിപുലപ്പെട്ടതുകൊണ്ടാണ്.

നികുതിയല്ലാത്ത വരുമാനമാണ് നികുതിയേതരവരുമാനം. എന്നാൽ വായ്പയും ഏതെങ്കിലും ആസ്തി കൈമാറ്റം ചെയ്തുകിട്ടുന്ന വരുമാനവും ഉൾപ്പെടുന്നില്ല. പൊതുമേഖലാ സ്ഥാപനങ്ങളിൽനിന്നുള്ള ലാഭവും ലാഭവിഹിതവും, സർക്കാർ നല്കിയ വായ്പയിന്മേലുള്ള പലിശ, പൊതു സേവനങ്ങൾ, സാമൂഹ്യ സേവനങ്ങൾ, സാമ്പത്തിക സേവനങ്ങൾ എന്നിങ്ങനെ നികുതിയേതര സ്രോതസ്സുകളെ വിഭജിക്കാം. പൊതുമരാമത്ത്, പൊലീസ്, ജയിലുകൾ, പബ്ലിക് സർവ്വീസ് കമ്മീഷൻ, ലോട്ടറി തുടങ്ങിയവ പൊതുസേവനങ്ങളിൽപ്പെടുന്നു. വിദ്യാഭ്യാസം, ആരോഗ്യം കുടിവെ

ള്ളം, ശുചിത്വം, ഭവനങ്ങൾ, നഗരവികസനം എന്നിവ സാമൂഹ്യസേവനങ്ങളാണ്. മൃഗസംരക്ഷണം, മത്സ്യബന്ധനം, വനം, സഹകരണം, ജലസേചനം, തുറമുഖങ്ങൾ, ടൂറിസം, വ്യവസായങ്ങൾ തുടങ്ങിയവയാണ് സാമ്പത്തിക സേവനങ്ങൾ. ഇവയിൽ പൊതു സേവനങ്ങളാണ് മുഖ്യ നികുതിയേതര ഇനം. സാമ്പത്തിക സേവനങ്ങൾ രണ്ടാം സ്ഥാനത്താണ്. 2015 ലെ സി എ ജി റിപ്പോർട്ടുപ്രകാരം. 2014–15 പലിശയിനത്തിൽ വരുമാനം 102 കോടി രൂപയും ലാഭവും ലാഭവിഹിതവും 74 കോടി രൂപയുമായിരുന്നു. വനോല്പന്നങ്ങളിൽനിന്നും ലഭിച്ചത് 300 കോടി രൂപയായിരുന്നു. ഏറ്റവും കൂടുതൽ നികുതിയേതര വരുമാനം ലഭിച്ചത് ഭാഗ്യക്കുറി ടിക്കറ്റ് വില്പനയിൽ നിന്നാണ്. 5445 കോടി രൂപ. 75 ശതമാനം.

വരുമാനത്തിലെ അപ്രധാനമല്ലാത്ത ഒരിനമാണ് കേന്ദ്ര നികുതി വിഹിതവും ഗ്രാന്റുകളും. ഓരോ അഞ്ചുകൊല്ലം കൂടുമ്പോൾ നിയമിക്കപ്പെടുന്ന ധനകാര്യകമ്മീഷന്റെ ശുപാർശയുടെ അടിസ്ഥാനത്തിലാണ് അവ രണ്ടും നിർണ്ണയിക്കപ്പെടുന്നത്. എൽ ഡി എഫ് ഭരണത്തിൽ പ്രതിവർഷം 9.42 ശതമാനം നിരക്കിലായിരുന്നു കേന്ദ്രസഹായ വർദ്ധന. എന്നാൽ യു ഡി എഫ് ഭരണത്തിൽ 23.17 ശതമാനം നിരക്കിൽ പ്രതിവർഷം കേന്ദ്ര ധനസഹായം വർദ്ധിച്ചു. എന്നിട്ടും വൻ റവന്യൂ കമ്മിയിലും ധനകമ്മിയിലുമാണ് ആ വർഷം അവസാനിച്ചത്.

ധനകാര്യകമ്മീഷനുകൾ കേരളത്തെ വിവേചനപരമായാണ് സമീപിച്ചിട്ടുള്ളത്. സാർവ്വത്രിക വിദ്യാഭ്യാസം, ശക്തമായ ആരോഗ്യസുരക്ഷാ ശൃംഖല, പൊതു വിതരണ സമ്പ്രദായം തുടങ്ങിയവയിൽ മികവു പുലർത്തുന്ന കേരളത്തിന് സേവനങ്ങളുടെ ഗുണനിലവാരമുയർത്താനുള്ള അധിക കേന്ദ്ര സഹായം അനുവദിക്കപ്പെടുന്നില്ല. പത്താം ധനകാര്യകമ്മീഷൻ 3.88 ശതമാനം നികുതി വിഹിതം അനുവദിച്ചപ്പോൾ 11–ാം കമ്മീഷൻ 3.06 ശതമാനവും 12–ാം ധനകാര്യകമ്മീഷൻ 2.67 ശതമാനവും 13–ാം കമ്മീഷൻ 2.34 ശതമാനവുമാണ് അനുവദിച്ചത്.

14–ാം ധനകാര്യകമ്മീഷൻ 2.50 ശതമാനം നികുതി വിഹിതം അനുവദിച്ചു. മാത്രവുമല്ല സംസ്ഥാനങ്ങളുമായി പങ്കിടുന്ന നികുതി വിഹിതം 32 ശതമാനത്തിൽനിന്ന് 42 ശതമാനമായി ഉയർത്തുകയും ചെയ്തു. ഗ്രാന്റ് വിഹിതം 6.84 ശതമാനമായി ഉയർത്തി. പദ്ധതിയേതര ഗ്രാന്റ്, സംസ്ഥാന പദ്ധതിഗ്രാന്റ്, കേന്ദ്ര പദ്ധതി ഗ്രാന്റ്, കേന്ദ്രാവിഷ്കൃത പദ്ധതി ഗ്രാന്റ്, പ്രത്യേക പദ്ധതി ഗ്രാന്റ് എന്നിങ്ങനെ വിവിധ പേരുകളിൽ അറിയപ്പെട്ടിരുന്ന ഗ്രാന്റുകൾ ഏകീകരിച്ച് മൂന്ന് ഇനം ഗ്രാന്റുകളാണ് 14–ാം ധനകാര്യ കമ്മീഷൻ അനുവദിച്ചത്. കേന്ദ്രനികുതി വിഹിതം കഴിച്ച് അവശേഷിച്ച റവന്യൂ കമ്മി അടിസ്ഥാനമാക്കിയ ഗ്രാന്റ് ആണ് ഒരെണ്ണം. മാനേജ്മെന്റിനുള്ളതാണ് രണ്ടാമത്തേത്. തദ്ദേശ സ്ഥാപനങ്ങൾക്കു അനുവദിക്കുന്നതാണ് മൂന്നാമത്തെ ഗ്രാന്റ്. നികുതി വിഹിതവും ഗ്രാന്റുകളും മുൻ കമ്മീഷനുകൾ അനുവദിച്ചതിനേക്കാൾ കൂടുതലായി സംസ്ഥാനത്തിനു ലഭിച്ചെങ്കിലും, പല കാര്യങ്ങളിലും കേരളത്തിന് അനുഗുണമല്ല കമ്മീഷന്റെ

സമീപനം. ഓരോ അഞ്ചുകൊല്ലം കൂടുമ്പോൾ നടത്തുന്ന ശമ്പള പരിഷ്കരണം മൂലമുള്ള അധികച്ചെലവ് റവന്യൂ കമ്മി കണക്കാക്കുന്നതിൽ കമ്മീഷൻ കണക്കിലെടുത്തില്ല. അതുപോലെ 1971 ലെ ജനസംഖ്യ അടിസ്ഥാനമായി എടുക്കുന്നതിനുപകരം 2011 ലെ ജനസംഖ്യ അടിസ്ഥാനമാക്കിയത് കേരളത്തിന് പ്രയോജനകരമല്ല.

സർക്കാരിന്റെ റവന്യൂ ചെലവുകൾ ആണ്ടോടാണ്ട് വർദ്ധിക്കുകയാണ്. എന്നാൽ വർദ്ധന നിരക്ക് വ്യത്യാസപ്പെട്ടിരിക്കുന്നു. താഴെ പട്ടിക കാണുക:

## പട്ടിക 5
## റവന്യൂ ചെലവ്

| വർഷം | റവന്യൂ ചെലവ് (കോടിരൂപ) | വർദ്ധന(%) |
|---|---|---|
| 2006–07 | 20825 | 13.03 |
| 2007–08 | 24892 | 19.53 |
| 2008–09 | 28224 | 13.39 |
| 2009–10 | 31132 | 10.30 |
| 2010–11 | 34665 | 11.34 |
| 2011–12 | 46045 | 32.83 |
| 2012–13 | 53489 | 16.16 |
| 2013–14 | 60486 | 13.08 |
| 2014–15 | 71746 | 18.61 |
| 2015–16 | 75349 | 5.02 |

2006–07 ൽ 20825 കോടി രൂപയായിരുന്നു റവന്യൂ ചെലവ്. അത് 2010 –11 ൽ 34665 കോടി രൂപയായി വർദ്ധിച്ചു. വർദ്ധനവ് 66.46 ശതമാനം. 2015 16 ൽ 75349 കോടി രൂപയിലേക്ക് വീണ്ടും ഉയർന്നു. വർദ്ധനവ് 117.36 ശതമാനം. 2006–07 മുതൽ 2010–11 വരെ പ്രതിവർഷം 14.06 ശതമാനം നിരക്കിൽ റവന്യൂ ചെലവ് വർദ്ധിച്ചപ്പോൾ 2011–12 മുതൽ 2015–16 വരെ അഞ്ച് വർഷം പ്രതിവർഷം 17.14 നിരക്കിൽ റവന്യൂ ചെലവ് കുതിച്ചുയർന്നു. സംസ്ഥാനം അഭിമുഖീകരിക്കുന്ന ധനപ്രതിസന്ധിയുടെ ഒരു ഉറവിടം ഇവിടെയാണ്.

റവന്യൂ ചെലവിലെ ദ്രുതഗതിയിലുള്ള വർദ്ധനയും റവന്യൂ വരുമാനത്തിന്റെ തകർച്ചയും ചേർന്ന് പ്രതിസന്ധിയുണ്ടാക്കി.

റവന്യൂ ചെലവിന്റെ ഗണ്യമായ ഭാഗം വിനിയോഗിക്കപ്പെടുന്നത് ശമ്പളം, പെൻഷൻ, പലിശ എന്നീ ചെലവുകൾക്കാണ്. മേൽ ചെലവുകൾ വർദ്ധിച്ചുകൊണ്ടിരിക്കുകയാണ്. ന്യായീകരിക്കത്തക്കതല്ല വർദ്ധന എന്നൊരുവാദമുണ്ട്. എന്നാൽ, ഒഴിവാക്കാനാവുന്നതല്ല ശമ്പളം–പെൻഷൻ –പലിശച്ചെലവുകൾ എന്ന് ഏവരും പൊതുവെ സമ്മതിക്കുന്നു. വർദ്ധനയിൽ ആശങ്കപ്പെടുന്നവരുടെ വാദത്തിന്റെ കേന്ദ്രബിന്ദു തനതു നികുതി

വരുമാനത്തിൽ ശമ്പളവും പെൻഷനും കഴിച്ച് യാതൊന്നും അവശേഷിക്കുന്നില്ല എന്നത്രെ. ഈ വാദം തത്ത്വത്തിൽ അംഗീകരിക്കുമ്പോഴും കൂടുതൽ വിശാലമായ പശ്ചാത്തലത്തിൽ പ്രശ്നത്തെ സമീപിക്കണമെന്നു വാദിക്കുന്നവർ കുറവല്ല. ശമ്പളവും പെൻഷനും നിഷേധിക്കുന്നതിനോ കുറവു ചെയ്യുന്നതിനോ ആണ് തനതു നികുതി വരുമാനം പരിശോധനയ്ക്കു വിധേയമാക്കുന്നതെന്നാണ് എതിർവാദം. ചില കണക്കുകൾ പരിശോധിക്കാം.

## പട്ടിക 6
## ശമ്പളം – പെൻഷൻ (2014–15)

| | | ശമ്പളം (%) | പെൻഷൻ(%) |
|---|---|---|---|
| 1. | തനതു നികുതി വരുമാനത്തിന്റെ | 60.77 | 31.41 |
| 2. | തനതു റവന്യൂ വരുമാനത്തിന്റെ | 50.35 | 26.46 |
| 3. | ആകെ റവന്യൂ വരുമാനത്തിന്റെ | 36.94 | 19.41 |
| 4. | റവന്യൂ ചെലവിന്റെ | 29.84 | 15.68 |
| 5. | ആകെ ചെലവിന്റെ | 27.89 | 14.60 |

തനതു നികുതി വരുമാനത്തിന്റെ 92.18 ശതമാനം ശമ്പളത്തിനും പെൻഷനും ചെലവിടുമ്പോൾ രണ്ടും ചേർന്ന് മൊത്തം ചെലവിന്റെ 42.49 ശതമാനമേ വരുന്നുള്ളൂ.

## പട്ടിക 7
## ജീവനക്കാർ (2017–18)

| | | |
|---|---|---|
| 1. | സർക്കാർ ജീവനക്കാർ | 371224 |
| 2. | എയിഡഡ് സ്കൂൾ–കോളേജ് പോളിടെക്നിക് ജീവനക്കാർ | 138058 |
| 3. | പൊതുമേഖലാ ജീവനക്കാർ | 13615 |
| 4. | ആകെ | **522897** |

സമ്പന്ന വിഭാഗങ്ങളുടേതുപോലെ വരുമാനം സംഭരിക്കപ്പെടുകയല്ല ചെയ്യുന്നത്. ചെലവാക്കപ്പെടുകയാണ്. ഓരോ മാസവും 710 കോടി രൂപാ വീതം സമ്പദ് വ്യവസ്ഥയിലേക്ക് പ്രവഹിക്കുകയാണ്. അത്രയും തുക സജീവ ചംക്രമണത്തിൽ എത്തുകയാണ്. സമ്പദ് വ്യവസ്ഥയുടെ ചലനശേഷി ഉയർത്താൻ സഹായിക്കുകയാണ്. ശമ്പളച്ചെലവിന്റെ പകുതി വിദ്യാഭ്യാസ മേഖലയിലാണ്. ആരോഗ്യമേഖലയിൽ 11 ശതമാനവും പൊലീസ് വകുപ്പിൽ 10 ശതമാനവും ചെലവിടുന്നു. ഇവയും ഇതര മേഖലകളും കേരളീയ സമൂഹത്തിനു നല്കുന്ന സംഭാവന സംബന്ധിച്ച്

ശാസ്ത്രീയമായ "ചെലവു ഗുണ വിശകലനം" നടത്താതെ കേരളത്തിന്റെ പൊതു ധനസ്ഥിതി പലകാരണങ്ങളാൽ പ്രശ്ന സങ്കീർണ്ണമാണെന്നതിന്റെ മാത്രം അടിസ്ഥാനത്തിൽ ശമ്പള പെൻഷൻ ചെലവിന്റെ പ്രസക്തി വിലയിരുത്താൻ പാടില്ല.

തദ്ദേശ സ്വയംഭരണ സ്ഥാപനങ്ങൾക്കു നല്കപ്പെടുന്ന ഗ്രാന്റുകൾ, വിവിധ ഇനം സാമൂഹ്യക്ഷേമ പദ്ധതികൾ കുടിവെള്ളം, വൈദ്യുതി, പല വ്യഞ്ജനങ്ങൾ, പച്ചക്കറികൾ എന്നിവകൾക്കുമുൾപ്പെടെ നല്കപ്പെടുന്ന സബ്സിഡികൾ റവന്യൂ ചെലവുകളാണ്.

റവന്യൂ ചെലവുകളിൽ ഏകപക്ഷീയമായ വെട്ടിക്കിഴിവു വരുത്താൻ സർക്കാരിനു കഴിയുകയില്ല. സ്വീകരിക്കാവുന്ന മാർഗ്ഗം റവന്യൂ വരുമാനം വർദ്ധിപ്പിക്കുകയാണ്. നികുതി–നികുതിയേതര വരുമാന സമാഹരണം മെച്ചപ്പെടുത്തിയും സാദ്ധ്യമായ രംഗങ്ങളിൽ നികുതി നിരക്കുകൾ വർദ്ധിപ്പിച്ചും റവന്യൂ കമ്മി കുറയ്ക്കുവാൻ കഴിയും.

സർക്കാരിന്റെ പലിശ ബാദ്ധ്യത നാൾക്കുനാൾ വർദ്ധിക്കുകയാണ്. അതിനു രണ്ടു കാരണങ്ങളുണ്ട്. പലിശ നിരക്കിലുണ്ടാകുന്ന വർദ്ധനയാണ് ഒന്ന്. അതിനേക്കാൾ പ്രമുഖമാണ് പൊതുകടത്തിലെ വർദ്ധന.

# 9

# ഒരു രാഷ്ട്രീയ നാടകത്തിന്റെ അന്ത്യം

**പെ**ട്ടെന്നാണ് 86 ശതമാനം കറൻസികൾക്ക് വിലയില്ലാതായത്. ധനകാര്യമന്ത്രി അറിഞ്ഞിരുന്നില്ല. മന്ത്രിസഭയും അറിഞ്ഞില്ല. പാർലമെന്റും അറിഞ്ഞില്ല. അറിയാമായിരുന്നത് പ്രധാനമന്ത്രിക്ക് മാത്രം. 2016 നവംബർ 8 രാത്രി എട്ടുമണിക്ക് 500 ന്റെയും 1000ത്തിന്റെയും കറൻസികൾക്കുവിലയില്ലാതെയായെന്നു പ്രധാനമന്ത്രി പ്രഖ്യാപിച്ചപ്പോൾ ജനങ്ങൾ അക്ഷരാർത്ഥത്തിൽ ഞെട്ടി. ഒരർത്ഥത്തിൽ അതൊരു രാഷ്ട്രീയ വിജയമായിരുന്നു. ഒരുപരീക്ഷണം. പാർലമെന്റിനെയും ജനങ്ങളെയും വിശ്വാസത്തിലെടുക്കാതെ, തനിക്ക് ഒറ്റയ്ക്കു തീരുമാനമെടുക്കാൻ കഴിയുമെന്നു ബോദ്ധ്യപ്പെടുത്തൽ, ജനങ്ങൾ എങ്ങനെ തീരുമാനത്തോടു പ്രതികരിക്കുമെന്നതിന്റെ പരീക്ഷണം കൂടിയായിരുന്നു പ്രഖ്യാപനം. ജനങ്ങൾക്കു സ്വീകരിക്കാവുന്ന ചേരുവകളെല്ലാം നോട്ടുറദ്ദാക്കലിനു ബലം പകരാൻ ഉപയോഗിച്ചു. നോട്ടു റദ്ദാക്കിയാൽ കള്ളപ്പണം ഇല്ലാതാകും. കള്ളനോട്ടുതടയും, അഴിമതിക്ക് വിരാമമിടും, ഭീകരപ്രവർത്തനങ്ങൾ പ്രതിരോധിക്കും എന്നായിരുന്നു പ്രചാരണം. തീർച്ചയായും ജനങ്ങൾ ആഗ്രഹിച്ച ലക്ഷ്യങ്ങളാണവ. ലക്ഷ്യങ്ങളെല്ലാം കറൻസി റദ്ദാക്കലെന്ന ഒറ്റമൂലി കൊണ്ടു നേടാമെന്ന വാഗ്ദാനത്തിൽ സാധാരണക്കാരുടെ മനസ്സു കുരുങ്ങി. ഏറെയൊന്നും പ്രതിഷേധങ്ങളില്ലാതെ നോട്ടുറദ്ദാക്കലിന്റെ ദുരന്തങ്ങളെ ജനങ്ങൾ ഏറ്റുവാങ്ങി. ലക്ഷ്യങ്ങൾ നേടിയില്ലെങ്കിൽ, തന്നെ തൂക്കിലേറ്റിക്കൊല്ലാനുള്ള പ്രധാനമന്ത്രിയുടെ വെല്ലുവിളി ജനങ്ങളിൽ നോട്ടു റദ്ദാക്കലിന്റെ ശരിയിൽ വിശ്വാസമുറപ്പിച്ചു.

സർക്കാർ ജയിച്ചപ്പോൾ ജനങ്ങൾ തോറ്റു. അതിരില്ലാത്ത ബുദ്ധിമുട്ടുകളിലേക്കും കഷ്ടപ്പാടുകളിലേക്കും ജനങ്ങൾ എടുത്തെറിയപ്പെട്ടു.

രാജ്യത്തെ ഭൂരിപക്ഷം ജനങ്ങളും കൈമാറ്റങ്ങൾ നടത്തുന്നത് പണമുപയോഗിച്ചാണ്. ദൈനംദിന ആവശ്യങ്ങൾക്കു പണമില്ലാതെയായതോടെ ജനങ്ങൾ വിഷമിച്ചു. ചെറുകിട കച്ചവടക്കാരുടെ വില്പന കുറഞ്ഞു. ചെറുകിട- ഇടത്തരം കൃഷിക്കാർ കൃഷിപ്പണിക്കു ജോലിക്കാരെ നിർത്താൻ പണമില്ലാതെ ബുദ്ധിമുട്ടി. പത്രവും പാലും പലവ്യഞ്ജനങ്ങളും വാങ്ങാനാകാതെ കുടുംബങ്ങൾ പ്രയാസത്തിലായി. ബാങ്കുകൾക്കു മുന്നിലും എ ടി എമ്മുകൾക്കു മുന്നിലും നീണ്ട നിര പ്രത്യക്ഷപ്പെട്ടു. ആവശ്യത്തിനുപണം പിൻവലിക്കാനാകാതെ ജനങ്ങൾ വലഞ്ഞു. നൂറോളം പേർ ഹൃദയം തകർന്ന് മരിച്ചു. അനവധി വിവാഹങ്ങൾ മുടങ്ങി.

റദ്ദാക്കപ്പെട്ട കറൻസിക്കു പകരം പുതിയ കറൻസികൾ ബാങ്കുകളിലും എ ടി എമ്മുകളിലും ലഭ്യമാക്കിയിരുന്നെങ്കിൽ പ്രശ്നങ്ങൾ ഒഴിവാക്കാമായിരുന്നു. അതുണ്ടായില്ലെന്നുമാത്രമല്ല, പിൻവലിക്കലിനു കർശനമായ നിയന്ത്രണങ്ങളാണ് റിസർവ്വ് ബാങ്ക് ഏർപ്പെടുത്തിയത്. അത്തരം നിയന്ത്രണങ്ങളാകട്ടെ ദിനംപ്രതി മാറ്റിക്കൊണ്ടുമിരുന്നു. നവംബർ 8 മുതൽ 13 വരെ ബാങ്കുമേഖന പിൻവലിക്കാവുന്ന തുക 2000 രൂപ എന്നു നിജപ്പെടുത്തി. 14 മുതൽ 17 വരെ 4500 രൂപയായി ഉയർത്തി. 18 മുതൽ 2000 രൂപയിലേക്കു താഴ്ത്തി. പിന്നീട് 21000 രൂപയിലേക്ക് വർദ്ധിപ്പിച്ചു. പഴയ നോട്ടുകൾ കൈമാറാനുള്ള അവസാന തീയതി ഡിസംബർ 30 എന്ന് പരസ്യപ്പെടുത്തിയിരുന്നെങ്കിലും നവംബർ 25 നുതന്നെ അത്തരം കൈമാറ്റങ്ങൾ അവസാനിപ്പിക്കപ്പെട്ടു. സമാനങ്ങളായ നിയന്ത്രണങ്ങൾ എ ടി എമ്മുകളിലും ഏർപ്പെടുത്തി. നവംബർ 14 വരെ 2000 രൂപ വരെ പിൻവലിക്കാനേ അനുവാദം നല്കിയുള്ളൂ പിന്നീട് ഡിസംബർ 31 വരെ 2500 രൂപയെന്നാക്കി. തുടർന്ന് ജനുവരി 1 വരെ 4500 രൂപയാക്കി ഉയർത്തി.

നോട്ടു റദ്ദാക്കലിന്റെ ആദ്യദിനങ്ങളിൽ ബാങ്കുകൾക്കും എ ടി എമ്മുകൾക്കും മുന്നിലെ നീണ്ട കാത്തുനില്പും നാമമാത്രതുക സ്വീകരിച്ച് തിരിച്ചു പോകേണ്ട ദുഃസ്ഥിതിയുമാണ് ജനങ്ങളെ ബുദ്ധിമുട്ടിച്ചത്. പിന്നീടത് സമ്പദ് വ്യവസ്ഥയുടെ താളം തെറ്റിക്കുന്ന സ്ഥിതിയിലേക്കു വളർന്നു. പണവും ഉല്പാദന-വിനിമയ പ്രവർത്തനങ്ങളും തമ്മിൽ അഭേദ്യമായ ബന്ധമുണ്ട്. ഈ വസ്തുത അംഗീകരിക്കാതെ ചില ലക്ഷ്യങ്ങളിൽ മാത്രം ഊന്നിയ നോട്ടുറദ്ദാക്കൽ, സമ്പദ് വ്യവസ്ഥയുടെ പ്രവർത്തനരീതിയും പ്രവർത്തന നിയമങ്ങളും അംഗീകരിക്കാത്ത നടപടിയായിപ്പോയി.

ഒരു കരാർ തൊഴിലാളിക്ക് ഒരു ദിവസം 500 രൂപ കൂലി കിട്ടി എന്നു കരുതുക. അയാൾ ആ പണം ബാങ്കിൽ നിക്ഷേപിക്കുകയോ വീട്ടിൽ സൂക്ഷിക്കുകയോ അല്ല ചെയ്യുക. അയാളുടെ ആവശ്യങ്ങൾ അത്രമേൽ അടിയന്തരവും അനവധിയുമാണ്. 500 രൂപ കൊടുത്ത് അയാൾ അരിയും പച്ചക്കറികളും പലവ്യഞ്ജനങ്ങളും വാങ്ങുന്നു. അതായത് തൊഴിലാളിയുടെ 500 രൂപ ചെലവ് പലവ്യഞ്ജന കച്ചവടക്കാരന്റെ വരുമാനമായി

മാറുന്നു. കച്ചവടക്കാരൻ 500 രൂപ ഉപയോഗിച്ച് തുണി വാങ്ങുന്നു. തുണിക്കച്ചവടക്കാരൻ ആ തുക ഉപയോഗിച്ച് മറ്റെന്തെങ്കിലും വാങ്ങുന്നു. അങ്ങനെ കൈമാറ്റത്തിന്റെ ശൃംഖല നീളുന്നു. എത്രയോ കൈകൾ മറിഞ്ഞ ശേഷം അഥവാ എത്രയോ കൊടുക്കൽ വാങ്ങൽ ധർമ്മങ്ങൾക്കുശേഷമാണ് 500 രൂപയുടെ കറൻസി നമ്മുടെ കൈകളിൽ എത്തിയതെന്ന് ആലോചിച്ചു നോക്കൂ. അങ്ങനെ എത്തിയ കറൻസി അവിടെയും വിശ്രമിക്കുന്നില്ലല്ലോ. അതു പിന്നെയും കൈമാറ്റം ചെയ്യപ്പെടുകയല്ലേ? 500 രൂപയുടെ കറൻസി 50 പ്രാവശ്യം കൊടുക്കൽ വാങ്ങലുകൾക്ക് ഉപയോഗിച്ചു എന്നും കരുതുക. കറൻസി നിർവ്വഹിക്കുന്നത് 25000 രൂപയുടെ ധർമ്മമാണ്. 500 രൂപയുടെ ഒരു കറൻസിനോട്ട് പിൻവലിച്ചപ്പോൾ ഫലത്തിൽ 25000 രൂപയാണ് പിൻവലിച്ചത്. 15.45 ലക്ഷം കോടി രൂപ റദ്ദാക്കിയപ്പോൾ അപ്രത്യക്ഷമായത് 772.5 ലക്ഷം കോടി രൂപയാണ്. അത്രയും ഇടപാടുകളാണ്. അത്രയും ഉല്പാദന വിപണന പ്രവർത്തനങ്ങളാണ്.

ഇനി 500 രൂപയുടെ തുണി വിറ്റുപോയാൽ എന്താണു സംഭവിക്കുക? കച്ചവടക്കാരൻ 500 രൂപയ്ക്കു തുണിവേറെ വാങ്ങി വയ്ക്കും. 500 രൂപയുടെ തുണിക്ക് ആവശ്യമുയരും. തുണിയുണ്ടാക്കാൻ പഞ്ഞിവേണം., പഞ്ഞി നൂലാക്കണം. നെയ്ത് തുണിയാക്കണം. തുണിയിൽ ചായം മുക്കണം. അത് ലക്ഷ്യസ്ഥാനത്തെത്തിക്കണം. അവയ്ക്കെല്ലാം കൃഷിക്കാർ, നെയ്ത്തുകാർ, ചായം ഉണ്ടാക്കുന്നവർ, വാഹനം ഓടിക്കുന്നവർ തുടങ്ങിയവർ വേണം. പരുത്തികൃഷിക്ക് വിത്ത്, വളം, വെള്ളം, കാർഷികോപകരണങ്ങൾ എന്നിവ ആവശ്യമാണ്. അവ നിർമ്മിക്കാനും എത്തിക്കാനും തൊഴിലാളികൾ വേണം. 500 രൂപ അപ്രത്യക്ഷമാകുമ്പോൾ മേൽകൊടുത്ത സാധനങ്ങളുടെ ഉല്പാദനവും വിപണനവും ആവശ്യമല്ലാതാകും. തൊഴിലാളികൾ വേണ്ടാതാകും. തൊഴിൽ സാദ്ധ്യതകൾ മരവിക്കും. സമ്പദ് വ്യവസ്ഥ റിവേഴ്സ് ഗിയറിൽ ഓടാൻ തുടങ്ങും.

നോട്ടു റദ്ദാക്കലിനെ തുടർന്നുള്ള ഒന്നോ രണ്ടോ മാസത്തെ സാമ്പത്തിക ചലനങ്ങളുടെ അടിസ്ഥാനത്തിൽ പ്രത്യാഘാതങ്ങൾ വിലയിരുത്തുന്നത് ശാസ്ത്രീയമല്ല. ഏതെങ്കിലും ഉല്പന്നം വില്ക്കപ്പെടാതെ വന്നാൽ നിമിഷത്തിനകം അതിന്റെ അനുരണനങ്ങൾ സമ്പദ് വ്യവസ്ഥയിൽ പ്രത്യക്ഷപ്പെടണമെന്നില്ല. ഉദാഹരണമായി നോട്ടു റദ്ദാക്കലിന്റെ ഫലമായി, വീടുനിർമ്മാണം ഉപേക്ഷിക്കപ്പെടുകയോ നീട്ടിവെക്കപ്പെടുകയോ ചെയ്യുന്നു. ഇരുമ്പ്, ഉരുക്ക്, സിമന്റ്, മണൽ, ഇഷ്ടിക, പെയിന്റ്, ഗ്ലാസ്, മരം എന്നിവയ്ക്കുള്ള ആവശ്യം ചുരുങ്ങും. എന്നാൽ അവയുടെ ഉല്പാദനം ഉടൻ ഇടിയണമെന്നില്ല. നോട്ടു റദ്ദാക്കലിന്റെ പ്രത്യാഘാതങ്ങൾ തുടർന്നേക്കില്ല എന്ന വിശ്വാസത്തിൽ ഉല്പാദനപ്രവർത്തനങ്ങൾ തുടർന്നേക്കാം. എന്നാൽ ആ വിശ്വാസം അനുഭവത്തിനു വഴിമാറുമ്പോൾ ഉല്പാദനം വെട്ടിച്ചുരുക്കപ്പെടും. തന്മൂലം ഉല്പാദനവും തൊഴിലും ഇടിയും. ഉല്പാദനത്തകർച്ചമൂലം ദേശീയവരുമാനം കുറയും.

ദേശീയ വരുമാനത്തകർച്ച കുടുംബങ്ങൾ, ബിസിനസ് സ്ഥാപനങ്ങൾ, ഗവൺമെന്റ് എന്നീ മേഖലകളിലെ വരുമാനത്തകർച്ചയ്ക്ക് ഇടവരുത്തും. കുടുംബങ്ങളുടെ വരുമാനത്തകർച്ച, സാധനങ്ങൾക്കും സേവനങ്ങൾക്കുമുള്ള ഡിമാന്റ് ചുരുക്കും. നിരവധി തുടർ പ്രത്യാഘാതങ്ങളുണ്ടാക്കും. ബിസിനസ് സ്ഥാപനങ്ങളുടെ വരുമാനത്തകർച്ച സമ്പാദ്യനിരക്ക് കുറയ്ക്കുകയും നിക്ഷേപം തളർത്തുകയും ചെയ്യും. ഗവൺമെന്റിനെ സംബന്ധിച്ചിടത്തോളം സാമ്പത്തിക പ്രവർത്തനങ്ങളുടെ മരവിപ്പ് നികുതി–നികുതിയേതര വരുമാനങ്ങൾ ഇടിക്കുകയും ചെലവുകൾ വെട്ടിക്കുറയ്ക്കാൻ നിർബ്ബന്ധിക്കപ്പെടുകയും ചെയ്യും.

സെന്റർ ഫോർ മോണിറ്ററിങ് ഇന്ത്യ ഇക്കോണമി (സി എം ഐ ഇ) മികച്ച ഗവേഷണ സ്ഥാപനമാണ്. ഡിസംബർ 31 ന് അവസാനിച്ച മൂന്നുമാസം 1,25,000 കോടി രൂപയുടെ പുതിയ നിക്ഷേപം നടന്നതായി സി എം ഐ ഇ റിപ്പോർട്ടു ചെയ്തു. നോട്ടു റദ്ദാക്കലിന്റെ പ്രത്യാഘാതങ്ങൾ പ്രത്യക്ഷപ്പെട്ട കാലമായിരുന്നു. അതെന്നു പ്രത്യേകം പറയേണ്ടതില്ല. പ്രസ്തുത മൂന്നുമാസത്തിന് മുമ്പ് 27 മാസത്തിനിടെ പ്രതിമാസം 2,36,000 കോടി രൂപയുടെ പുതിയ നിക്ഷേപം നടന്നിരുന്നു. ഒക്ടോബർ 1 നും നവംബർ 8 നും ഇടയിൽ 81800 കോടിയുടെ 227 പുതിയ നിക്ഷേപങ്ങളുണ്ടായപ്പോൾ നവംബർ 9 നും ഡിസംബർ 31 നും ഇടയ്ക്ക് നടന്നത് 43700 കോടിയുടെ 177 പുതിയ നിക്ഷേപങ്ങൾ മാത്രം.

സാമ്പത്തികാഭിവൃദ്ധിയുടെ ഏകദേശ സൂചികയാണ് മോട്ടോർ വാഹനങ്ങളുടെ വില്പന. സാമ്പത്തികാഭിവൃദ്ധി കൈവരുമ്പോൾ ജനങ്ങൾ കൂടുതൽ യാത്രാവാഹനങ്ങൾ വാങ്ങും. കൂടുതൽ വീടുകൾ നിർമ്മിക്കും. ചരക്കുകൾ കയറ്റിയിറക്കേണ്ട ആവശ്യം വർദ്ധിക്കുമ്പോൾ കമ്മേർഷ്യൽ വാഹനങ്ങൾക്ക് ആവശ്യമുയരും. 2015 ഡിസംബറിൽ വിറ്റത് 11,67,633 ഇരുചക്രവാഹനങ്ങളാണ്. 2016 ഡിസംബറിൽ വില്പന 91,0235 ലേക്കു താണു. 22 ശതമാനം ഇടിവ്. കമ്മേർഷ്യൽ വാഹനങ്ങളുടെ വില്പന 5 ശതമാനം കുറഞ്ഞു. ആകെ 27 ശതമാനത്തിന്റെ കുറവുണ്ടായി.

എല്ലാ മേഖലകളിലുമുണ്ടായി സമാനമായ ഇടിവ്. രാജ്യത്തെ തൊഴിലെടുക്കുന്നവരിൽ 90 ശതമാനം കൃഷി, ചില്ലറ വ്യാപാരം, റോഡ്, കെട്ടിട നിർമ്മാണങ്ങൾ, തുണിത്തരങ്ങൾ, തുകൽ സാധനങ്ങൾ, ലഘു എഞ്ചിനീയറിങ് വസ്തുക്കൾ എന്നിവയുടെ ഉല്പാദനം, ഹോട്ടലുകൾ, റെസ്റ്റോറന്റുകൾ, വിനോദസഞ്ചാരം എന്നീ അസംഘടിത മേഖലകളിലാണ് പണിയെടുക്കുന്നത്. അസംഘടിതമേഖലയിലെ മുഖ്യ വിനിമയോപാധി പണമാണ്. നോട്ടു റദ്ദാക്കപ്പെട്ടതോടെ അസംഘടിത മേഖല സ്തംഭിച്ചു. തൊഴിലാളികൾക്ക് വൻതോതിൽ തൊഴിൽ നഷ്ടമായി.

ഉല്പാദനത്തിലും വരുമാനത്തിലുമുള്ള ഇടിവു ദേശീയവരുമാനം ഇടിക്കും. എന്നാൽ ഗവൺമെന്റ് അതു സമ്മതിക്കാൻ തയ്യാറല്ല. നോട്ടു

റദ്ദാക്കൽമൂലം ദേശീയ വരുമാനത്തിൽ യാതൊരു മാറ്റവുമുണ്ടായില്ല എന്ന നിലപാടിലാണ് കേന്ദ്രസ്ഥിതി വിവരകണക്കുസ്ഥാപനമായ സെൻട്രൽ സ്റ്റാറ്റിസ്റ്റിക്കൽ ഓർഗനൈസേഷൻ. സി എസ് ഒ യുടെ നിഗമനം സംശയാസ്പദമാണെന്ന ആക്ഷേപം പലകോണുകളിൽനിന്നും ഉയർത്തപ്പെട്ടിട്ടുണ്ട്. നോട്ടുറദ്ദാക്കലിന്റെ യഥാർത്ഥ പ്രത്യാഘാതം വെളിപ്പെടാതിരിക്കാൻ മനഃപൂർവ്വം ശ്രമം നടത്തി എന്ന ആക്ഷേപം ശക്തമാണ്.

പല ഘട്ടങ്ങളിലായാണ് സി എസ് ഒ ദേശീയ വരുമാന കണക്കുകൾ ലഭ്യമാക്കുന്നത്. ഓരോ ഘട്ടത്തിലും നല്കുന്ന കണക്കുകൾ മുൻകണക്കുകളേക്കാൾ വിശദവും കൃത്യതയുമുള്ളതുമായിരിക്കും. സമാഹരിച്ച സ്ഥിതിവിവരങ്ങൾ കൂടുതൽ വിശദമായ പരിശോധനയ്ക്കും വിലയിരുത്തലിനും വിധേയമാക്കുന്നതുകൊണ്ടാണത്. ആദ്യത്തേത് ഒന്നാം അഡ്വാൻസ് എസ്റ്റിമേറ്റാണ്. രണ്ടുമാസത്തിനകം രണ്ടാം അഡ്വാൻസ് എസ്റ്റിമേറ്റ്. ഏതാനും മാസങ്ങൾ കഴിഞ്ഞ് ക്വിക്ക് എസ്റ്റിമേറ്റ്. പിന്നെ പ്രൊവിഷണൽ എസ്റ്റിമേറ്റ്. ഫൈനൽ എസ്റ്റിമേറ്റ് ലഭിക്കാൻ രണ്ടു വർഷത്തിൽ താഴെ സമയമെടുക്കും.

നോട്ടു റദ്ദാക്കലിനു മുമ്പ് വിവിധ സ്ഥാപനങ്ങൾ ദേശീയ വരുമാന വർദ്ധന സംബന്ധിച്ചു നടത്തിയ പ്രവചനങ്ങൾ പിന്നീടു തിരുത്തുകയുണ്ടായി. എന്നാൽ അത്തരമൊരു ശ്രമം സി എസ് ഒ യുടെ ഭാഗത്തുനിന്ന് ഉണ്ടായില്ല എന്നതാണ് അത്ഭുതം. 2016–17 ൽ 7.6 ശതമാനം സാമ്പത്തിക വളർച്ചയുണ്ടാകുമെന്നാണ് റിസർവ്വ് ബാങ്ക് പ്രവചിച്ചത്. പിന്നീടത് 7.1 ശതമാനമാണെന്നു തിരുത്തി. അതേപോലെ 7.6 ശതമാനം വളർച്ചയെന്നു എ ഡി ബി കണക്കാക്കി. 7 ശതമാനമെന്നു തിരുത്തി. ഇന്ത്യ റേറ്റിങ്സ് ആന്റ് റിസർച്ച് 7.8 ശതമാനം പ്രവചിച്ചെങ്കിലും 6.8 ശതമാനമെന്നു തിരുത്തി. ഐ എം എഫ് 6.6 ശതമാനം, ലോകബാങ്ക് 7 ശതമാനം, സി എം ഐ ഇ 6 ശതമാനം ഇങ്ങനെ നീണ്ടു മറ്റു പ്രവചനങ്ങൾ.

സി എസ് ഒയുടെ ഒന്നാം അഡ്വാൻസ് എസ്റ്റിമേറ്റ് ലഭ്യമായത് 2017 ജനുവരി 6 നാണ്. നോട്ടു റദ്ദാക്കലിന്റെ പ്രത്യാഘാതങ്ങൾ ഉൾപ്പെടുത്താൻ കഴിഞ്ഞിട്ടില്ലെന്ന് സി എസ് ഒ തന്നെ സമ്മതിച്ചു. 7.1 ശതമാനം വളർച്ചയാണ് സി എസ് ഒ കണക്കാക്കിയത്. 2015–16 ൽ 7.6 ശതമാനം വളർച്ച നിരക്കുണ്ടായി. അര ശതമാനത്തിന്റെ കുറവ്. ഫെബ്രുവരി 28 ന്റെ രണ്ടാം അഡ്വാൻസ് എസ്റ്റിമേറ്റ് കണക്കാക്കിയതും 7.1 ശതമാനം വളർച്ച. യാതൊരു മാറ്റവുമില്ല. അവിശ്വസനീയമാണ് സ്വകാര്യ ഉപഭോഗം സംബന്ധിച്ച സ്ഥിതിവിവരം. 2015–16 ൽ 56.1 ലക്ഷം കോടിരൂപയായിരുന്നു സ്വകാര്യ ഉപഭോഗച്ചെലവ്. 2016–17 രണ്ടാം എസ്റ്റിമേറ്റ് പ്രകാരം ചെലവിട്ടത് 68.25 ലക്ഷം കോടിരൂപ. 'ദേശീയ വരുമാനത്തിന്റെ അനുപാതമായി പ്രകടിപ്പിച്ചാൽ 56.1 ശതമാനമായിരുന്നത് 56.1 ശതമാനമായിത്തന്നെ തുടർന്നു. നോട്ടു റദ്ദാക്കലിനെ തുടർന്ന് ജനങ്ങളുടെ കൈവശമുണ്ടായിരുന്ന പണം

ബാങ്കുകളിലേക്കുമാറ്റപ്പെട്ട അവസ്ഥയിലും വാങ്ങൽച്ചെലവ് വർദ്ധിച്ചു! അതിലും വിശേഷമാണ് 2016–17 ഒക്ടോബർ-ഡിസംബർ കാലത്തെ സ്വകാര്യ ഉപഭോഗ ചെലവുകണക്ക്. ദേശീയ വരുമാനത്തിന്റെ 58.7 ശതമാനമായി ഉയർന്നുവത്രേ! പണലഭ്യത ചുരുങ്ങുക; പക്ഷേ, പണച്ചെലവ് ഉയരുക. നല്ല ഫലിതം തന്നെ!

നോട്ടു റദ്ദാക്കലിന്റെ പ്രഖ്യാപിത ലക്ഷ്യങ്ങളൊന്നുപോലും സാക്ഷാൽക്കരിക്കപ്പെട്ടില്ല എന്നതാണ് ഏറ്റവും ദൗർഭാഗ്യകരമായ വസ്തുത. പരാജയത്തിന്റെ പശ്ചാത്തലത്തിൽ പുതിയൊരുലക്ഷ്യം കൂടി തുന്നിച്ചേർക്കപ്പെട്ടു. പണരഹിത സമ്പദ് വ്യവസ്ഥ. നവംബർ എട്ടിന്റെ പ്രഖ്യാപനത്തിൽ അതു സംബന്ധിച്ച സൂചനകളൊന്നും നല്കപ്പെട്ടിരുന്നില്ല.

നോട്ടു റദ്ദാക്കലിന്റെ പ്രധാന ലക്ഷ്യമായി പ്രചരിപ്പിക്കപ്പെട്ടത് കള്ളപ്പണം ഇല്ലാതാക്കലായിരുന്നു. ആ ലക്ഷ്യം എത്രയോ അകലെയാണ്. 500 ന്റെയും 1000 ത്തിന്റെയും കറൻസികൾ പിൻവലിക്കപ്പെട്ടെങ്കിലും കള്ളപ്പണം ഇല്ലാതായില്ല. ഒന്നാമതായി, നികുതിവെട്ടിച്ചുണ്ടായ പണം അങ്ങനെതന്നെ സൂക്ഷിക്കപ്പെടുന്നില്ല. സ്വർണ്ണം, ഫ്ളാറ്റുകൾ, വസ്തുവകകൾ എന്നിവയിൽ നിക്ഷേപിക്കുകയാണ് അനുവർത്തിക്കുന്ന രീതി. രണ്ടാമതായി, കള്ളപ്പണം ഒട്ടൊക്കെ അധികൃതവും കൂടുതൽ അനധികൃതവുമായ സാമ്പത്തിക ഇടപാടുകളിൽ പ്രയോഗിക്കപ്പെടുകയാണ് ചെയ്യുന്നത്. കള്ളപ്പണം സമൂഹത്തിന്റെ വിവിധങ്ങളായ ഉല്പാദന–വിപണന മേഖലകളിൽ ഒഴുകി നടക്കുന്നു. റിയൽ എസ്റ്റേറ്റ്, ഓഹരികൾ, കടപ്പത്രങ്ങൾ എന്നിവയിലെ നിക്ഷേപമായും കരിഞ്ചന്ത, കള്ളക്കടത്ത്, ലഹരിമരുന്ന് കച്ചവടം, ഹോട്ടൽ–റെസ്റ്റോറന്റ്, ടൂറിസ്റ്റ് റിസോർട്ട് വ്യവസായം എന്നിവയിലെ നിക്ഷേപമായും പരന്നു വ്യാപിക്കുന്നു. കള്ളപ്പണത്തിന്റെ ഗണ്യമായ ഭാഗം വിദേശബാങ്കുകളിൽ നിക്ഷേപിക്കപ്പെട്ടിരിക്കുന്നു. മൂന്നോ നാലോ ലക്ഷം കോടിരൂപ തിരിച്ചെത്തുകയില്ലെന്നായിരുന്നു ഗവൺമെന്റിന്റെ പ്രതീക്ഷ. എന്നാൽ പിൻവലിക്കപ്പെട്ട കറൻസിയിൽ നല്ല ഭാഗം ബാങ്കുകളിലെത്തി. നവംബർ 7 ന് ആകെ കറൻസി 17.77 ലക്ഷം കോടി രൂപയായിരുന്നു. 15.4 ലക്ഷം കോടി പിൻവലിക്കപ്പെട്ടു. 14.97 ലക്ഷം കോടി രൂപ തിരിച്ചെത്തി. തിരിച്ചെത്തിയതിൽ കള്ളപ്പണവുമുണ്ട്. വെള്ളപ്പണവും കള്ളപ്പണവും തിരിച്ചറിയുക പ്രയാസമാണ്. ഉപയോഗരീതിയനുസരിച്ചും സൂക്ഷിപ്പിന്റെ രീതിയനുസരിച്ചും കള്ളപ്പണത്തെ അറിയാം. പക്ഷേ, ബാങ്കിലെത്തിയ കറൻസി കള്ളപ്പണമായിരുന്നു എന്നു എങ്ങനെ അറിയാനാകും?

ഇൻഡ്യയിൽ വ്യാപരിക്കുന്നതിനേക്കാൾ എത്രയോ ഏറെ കള്ളപ്പണം വിദേശബാങ്കുകളിൽ നിക്ഷേപമായുണ്ട്. റേറ്റിങ് ഏജൻസി ക്രിസിലിന്റെ കണക്കുപ്രകാരം 47900 കോടി ഡോളർ കള്ളപ്പണം വിദേശ ബാങ്കുകളിൽ നിക്ഷേപമായുണ്ട്.

കള്ളപ്പണം വിമാനത്തിലോ കപ്പലിലോ നാടുകടത്തുകയല്ല രീതി. നികുതി വെട്ടിച്ച പണം വിദേശബാങ്കുകളിലേക്കോ ഇന്ത്യൻ ബാങ്കുകളുടെ വിദേശ ബ്രാഞ്ചുകളിലേക്കോ മാറ്റുകയാണ് രീതി. ഒന്നുരണ്ടു ഉദാഹരണങ്ങൾ. ഒരു വ്യാപാരി ഒരു ലക്ഷം ഡോളറിനുള്ള റെഡിമെയിഡ് വസ്ത്രങ്ങൾ അമേരിക്കയിലേക്കു കയറ്റുമതി ചെയ്യുന്നു. ബില്ലിൽ കാണിക്കുന്നത് അരലക്ഷം ഡോളർ. വ്യാപാരിക്കു ശരിക്കും ഒരുലക്ഷം ഡോളർ കിട്ടുന്നുണ്ട്. ഇന്ത്യയിലേക്കെത്തുന്നത് അരലക്ഷം ഡോളർ. ശേഷിക്കുന്ന അരലക്ഷം ഡോളർ അമേരിക്കൻ ബാങ്കുകളിൽ നിക്ഷേപിക്കപ്പെടുന്നു. പിന്നീടത് മൊറീഷ്യസിലേയോ സിങ്കപ്പൂരിലെയോ ബാങ്കുകളിലേക്കു മാറ്റപ്പെടുന്നു. തുക കുറച്ചു കാണിക്കുന്നതിനെ 'അണ്ടർ ഇൻവോയ്സിങ്' എന്നുപറയുന്നു. മറിച്ച് ഒരു ലക്ഷം ഡോളർ മുഖവിലയുള്ള ആശുപത്രി ഉപകരണങ്ങൾ ഇറക്കുമതി ചെയ്യുന്നു. ബില്ലിൽ ചേർക്കുന്നത് രണ്ടുലക്ഷം ഡോളർ. ഒരു ലക്ഷം ഡോളറേ നല്കുന്നുള്ളൂ ശേഷിക്കുന്ന ഒരു ലക്ഷം ഡോളർ വിദേശബാങ്കിൽ നിക്ഷേപിക്കുന്നു. ഇത് 'ഓവർ ഇൻവോയ്സിങ്ങാ'ണ്.,

വേറൊരു ഉദാഹരണം. റെഡിമെയ്ഡ് ഉടുപ്പുകൾ തുന്നുന്നത് ഇന്ത്യൻ കമ്പനിയിൽ. നല്ല ലാഭം കിട്ടുന്നു. കമ്പനിക്ക് നൈജീരിയയിൽ തുണിമില്ലുണ്ട്. തുണിയുടെ വില കൂട്ടിവെച്ചാൽ റെഡിമെയ്ഡ് വസ്ത്രത്തിന്റെ വില ഉയർത്തിക്കാണിക്കാം. ലാഭം കുറച്ചുകാണിക്കാം. ഇതൊരു ബുക്ക് അഡ്ജസ്റ്റുമെന്റാണ്. തുണിക്ക് കൂടിയ വില നല്കിയതായി രേഖയുണ്ടാക്കി കള്ളപ്പണമുണ്ടാക്കാം.

കള്ളപ്പണത്തിന്റെ മറ്റൊരു മാർഗ്ഗമാണ് അടിക്കടിയുള്ള വിദേശയാത്രകൾ. 500 ഡോളർ ചെലവ് 1000 എന്നാക്കിയാൽ 500 ഡോളർ വിദേശ അക്കൗണ്ടിൽ നിക്ഷേപിക്കാം. കോടികൾ മുടക്കി പടമെടുക്കുന്നത് മറ്റൊരു വിദ്യയാണ്.

ഇല്ലാത്ത കമ്പനിയുടെ പേരിൽ, നടക്കാത്ത കയറ്റുമതി–ഇറക്കുമതിയുടെ അടിസ്ഥാനത്തിൽ നേടുന്ന പണം വിദേശ ബാങ്കുകളിൽ നിക്ഷേപിക്കുക മറ്റൊരു തന്ത്രമാണ്.

സ്വർണ്ണത്തിന്റെയും കഞ്ചാവിന്റെയും കള്ളക്കടത്തിലൂടെ കൈവരുന്ന വരുമാനം പോകുന്നതും വിദേശ ബാങ്കുകളിലേക്കുതന്നെ.

കള്ളപ്പണത്തിന്റെ ഗണ്യമായ ഭാഗം മൊറീഷ്യസ്, സിംഗപ്പൂർ എന്നീ രാജ്യങ്ങളിലാണ് നിക്ഷേപിക്കപ്പെടുന്നത്. കൊച്ചുരാജ്യമാണ് മൊറീഷ്യസ്. ജനസംഖ്യ 12.61 ലക്ഷം. കേരളത്തിലെ ജനസംഖ്യയുടെ ഇരുപത്താറിലൊന്ന്. വിസ്തീർണ്ണം കേരളത്തിന്റെ അഞ്ചിലൊന്ന്. ഇന്ത്യൻ ഓഹരി കമ്പോളത്തിലെത്തുന്ന നിക്ഷേപത്തിന്റെ 40 ശതമാനം മൊറീഷ്യസിൽ നിന്നാണ്. അതിൽ നല്ലൊരു പങ്ക് ഇന്ത്യൻ മുതലാളികളുടേതാണ്. മൊറീഷ്യസ് അല്ലെങ്കിൽ സിംഗപ്പൂർ അല്ലെങ്കിൽ സ്വിറ്റ്സർലന്റ് മേൽവിലാസ

മാണ് അവർ ഉപയോഗിക്കുന്നത്. പൊള്ള കമ്പനികളുടെ അതായത് ഷെൽ കമ്പനികളുടെ പേരിലാവും നിക്ഷേപവും. കമ്പനി നിലവിലുണ്ടാവില്ല. മേൽവിലാസമുണ്ടാകും. ഇന്ത്യാ ഗവൺമെന്റുമായുണ്ടാക്കിയ ഇരട്ട നികുതി ഒഴിവാക്കൽ കരാറിന്റെ പിൻബലത്തിലാണ് നിക്ഷേപം നടത്തുന്നതും നികുതിരഹിതമായി ലാഭം കടത്തുന്നതും.

ഓഹരി കമ്പോളത്തിൽ ഇടപാടു നടത്തുന്ന ബ്രോക്കർമാർ സെബിയിൽ രജിസ്റ്റർ ചെയ്യണം. എന്നാൽ, വിദേശ ബ്രോക്കർമാർ നല്കുന്ന പങ്കാളിത്ത രേഖ–പാർട്ടിസിപ്പേറ്ററിനോട് – ഉപയോഗിച്ചുള്ള ഓഹരി നിക്ഷേപം വ്യാപകമാണ്. അത്തരം നിക്ഷേപകരുടെ പേരുവിവരങ്ങൾ മറച്ചുവയ്ക്കാൻ സൗകര്യമുള്ളത് കള്ളപ്പണ വളർച്ചയെ സഹായിക്കുന്നു.

രാജ്യത്തെ കള്ളപ്പണത്തെക്കുറിച്ചു വാചാലമാകുന്ന സർക്കാർ വിദേശ കള്ളപ്പണ നിക്ഷേപത്തോടു മൗനം ഭജിക്കുന്നു. കള്ളപ്പണക്കാരോടുള്ള സ്നേഹം മാത്രമല്ല കാരണം, വിദേശ കള്ളപ്പണം നിയന്ത്രിക്കപ്പെട്ടാൽ ഓഹരി നിക്ഷേപം ഇടിയും; ഓഹരി വിലസൂചിക തകരും. കോർപ്പറേറ്റുകളുടെ ഓഹരി മൂല്യം താഴും. കോർപ്പറേറ്റുകളുടെ അപ്രീതിയും എതിർപ്പും ക്ഷണിച്ചുവരുത്തും.

നോട്ടുറദ്ദാക്കലിന്റെ രണ്ടാമത്തെ ലക്ഷ്യം കള്ളനോട്ടു നിയന്ത്രിക്കലായിരുന്നു. പഴയ നോട്ടുകൾ റദ്ദു ചെയ്ത് പുതിയ നോട്ടുകൾ ഇറക്കിയാൽ കള്ളനോട്ടു തടയപ്പെടും എന്നത് പ്രശ്നത്തെ ലളിതവല്കരിക്കലാണ്. പുതിയ കറൻസികൾ അനുകരിക്കപ്പെട്ടില്ല എന്നത് അവാസ്തവമെന്ന് നവംബർ 9 നുതന്നെ തെളിയിക്കപ്പെട്ടു. 2000ത്തിന്റെ വ്യാജ കറൻസികൾ പല സ്ഥലങ്ങളിൽനിന്നും പിടിക്കപ്പെട്ടു.

നോട്ടു റദ്ദാക്കലിനെ തുടർന്ന് വളരെക്കുറച്ച് കള്ളനോട്ടുമാത്രമാണ് പിടിക്കപ്പെട്ടത്. ഏപ്രിൽ 5 ന് കേന്ദ്ര ആഭ്യന്തര വകുപ്പ് സ്റ്റേറ്റ് മന്ത്രി കിരൺ റെജ്ജു രാജ്യസഭയിൽ വെളിപ്പെടുത്തിയത് നവംബർ 8 നുശേഷം 6.2 കോടി രൂപയുടെ കള്ളനോട്ടു പിടിച്ചെന്നത്രെ. 2000ത്തിന്റെ 27949 എണ്ണവും 500 ന്റെ 12956 എണ്ണവും.

500 ന്റെയും 1000 ത്തിന്റെയും കറൻസികളുമായാണ് ഭീകരവാദത്തിനു ബന്ധമെന്നത് മറ്റൊരു ലളിതവല്ക്കരണമാണ്. കറൻസികൾ റദ്ദാക്കിയാൽ ഭീകരപ്രവർത്തനം തടയാനാകില്ല. ഭീകരവാദത്തിന്റെ അടിവേര് തേടേണ്ടത് മത–വംശീയ വാദങ്ങളിലാണ്. മതമൗലികവാദമാണ് ഭീകരപ്രവർത്തനങ്ങൾക്ക് ഉറവിടം. മതമൗലികവാദത്തെ പ്രതിരോധിക്കേണ്ടത് മതനിരപേക്ഷത ശക്തിപ്പെടുത്തിയാണ്. മതത്തെ ഭരണകൂടത്തിലെത്താനുള്ള വഴിയായി സ്വീകരിക്കുമ്പോൾ മത വിദ്വേഷം വളരും. മതവും രാഷ്ട്രീയവും തമ്മിൽ വേർതിരിവുണ്ടാകണം. ആ നിലപാട് സർക്കാർ സ്വീകരിക്കുമോ എന്നതാണ് പ്രസക്തമായ ചോദ്യം. അതേപോലെ ഭീകരവാദം ഒരു രാജ്യത്തു മാത്രം ഒതുങ്ങുന്നതല്ല. ആഗോളമാണ്. കൂട്ടായ പ്രതിരോധം

വളർത്താതെ കറൻസി റദ്ദാക്കി ഭീകരവാദം തടയാമെന്ന വാദം അർത്ഥശൂന്യമാണ്. കറൻസി റദ്ദാക്കിയശേഷം അനവധി ഭീകരാക്രമണങ്ങൾ അരങ്ങേറുകയുണ്ടായി.

നോട്ടു റദ്ദാക്കലിന്റെ പിന്തുടർച്ചയായി മാധ്യമങ്ങളിലും പൊതുവേദികളിലും രൂക്ഷമായ വാദപ്രതിവാദങ്ങളുണ്ടായി. അനുകൂലമായും പ്രതികൂലമായും വാദഗതികൾ ഉയർത്തപ്പെട്ടു. പക്ഷേ, കള്ളപ്പണം വളർന്നുവരാനുള്ള സാഹചര്യത്തെക്കുറിച്ച് കാര്യമായ ചർച്ചകളുണ്ടായില്ല. കള്ളപ്പണ വളർച്ചയ്ക്ക് അനുകൂല സാഹചര്യമുണ്ടായത് നവഉദാരവല്ക്കരണനയം സ്വീകരിക്കപ്പെട്ടതിനെത്തുടർന്നാണ്. നവ ഉദാരവല്ക്കരണത്തിന്റെ ഭാഗമായി സർക്കാർ നടപടികളിലും ചട്ടങ്ങളിലും അയവു വരുത്തി. സർക്കാർ സുപ്രധാന മേഖലകളിൽനിന്നു പിൻവാങ്ങി. സ്വകാര്യമൂലധനത്തിനു യഥേഷ്ടം വിഹരിക്കാനുള്ള കളമൊരുങ്ങി. മൂലധനത്തിനു കൈവന്ന പ്രാമുഖ്യവും സർക്കാരിന്റെ പിന്മാറ്റവും ചേർന്നപ്പോൾ യഥേഷ്ടം നികുതി വെട്ടിക്കാനുള്ള സാഹചര്യമൊരുങ്ങി. നിയമങ്ങളിലും ചട്ടങ്ങളിലും നടപടികളിലും ദൃഢത വരുത്തി കള്ളപ്പണം അമർച്ച ചെയ്യുന്നതിന് പകരം ഫലശൂന്യമായ നോട്ടുറദ്ദാക്കൽ പ്രചാരണമൂല്യം സൃഷ്ടിക്കാൻ മാത്രമേ ഉപകരിച്ചുള്ളൂ.

പണത്തെ അതിന്റെ ഉപയോഗത്തിൽനിന്നും വേർപെടുത്തി കാണാനാകില്ല. ആധുനികകാലത്ത് പണത്തിന് പല പുതിയ ഉപയോഗങ്ങളുമുണ്ട്. പഴയ ഉപയോഗങ്ങൾ വിപുലീകൃതമായിട്ടുമുണ്ട്. കൊടുക്കൽ– വാങ്ങലുകൾക്കുള്ള മാധ്യമമായും സാധനങ്ങളും സേവനങ്ങളും ശേഖരിക്കാനുള്ള ഉപാധിയായുമായാണ് പണം ഉപയോഗിക്കപ്പെട്ടുപോന്നത്. മുതലാളിത്തം വളർന്ന് സാമ്രാജ്യത്വമായപ്പോൾ ധനമൂലധനം രംഗപ്രവേശം ചെയ്തു. ഓഹരിക്കമ്പോളത്തിലെ ഇടപാടുകൾക്കാണ് ധനമൂലധനം പ്രയോഗിക്കുന്നത്. ഓഹരികളും കടപ്പത്രങ്ങളും വാങ്ങാനും വില്ക്കാനും ധനമൂലധനം പ്രയോഗിക്കപ്പെടുന്നു. ബാങ്കുകളുടെയും മറ്റു ധനകാര്യസ്ഥാപനങ്ങളുടെയും വർദ്ധിച്ച സാന്നിദ്ധ്യം പണമിടപാട് കൂടുതൽ വ്യാപകമാക്കി.

പ്രഖ്യാപിത ലക്ഷ്യങ്ങളൊന്നുപോലും സാക്ഷാൽക്കരിക്കാതെ നോട്ടുറദ്ദാക്കൽ ദുരന്ത നാടകമായി അവസാനിച്ചു. ലക്ഷ്യങ്ങൾ കൈവരിക്കലായിരുന്നില്ല മറിച്ച് പണരഹിത സമ്പദ് വ്യവസ്ഥ സ്വീകരിക്കാൻ ജനങ്ങളെ മാനസികമായി പരിവർത്തിപ്പിക്കുകയായിരുന്നു ആത്യന്തിക ലക്ഷ്യമെന്നു പിന്നീടു വ്യക്തമായി.

രാജ്യത്തെ കൊടുക്കൽ വാങ്ങലുകളിൽ 90 ശതമാനവും നടക്കുന്നത് പണത്തിന്റെ അടിസ്ഥാനത്തിലാണ്. കൃഷി, ചെറുകിട വ്യാപാരം, നിർമ്മാണ ജോലികൾ തുടങ്ങിയവയെല്ലാം നടത്തപ്പെടുന്നത് പണമുപയോഗിച്ചാണ്. രാജ്യത്ത് കമ്പ്യൂട്ടർ സാക്ഷരരുടെ സംഖ്യ വളരെ ചെറു

താണ്. നാഷണൽ സാമ്പിൾ സർവ്വെ റിപ്പോർട്ടുപ്രകാരം ഗ്രാമങ്ങളിൽ 6 ശതമാനം കുടുംബങ്ങൾക്കാണ് കമ്പ്യൂട്ടർ സാക്ഷരതയുള്ളത്. അതായത് മൊത്തം 16.85 കോടി കുടുംബങ്ങളിൽ 15 കോടി കുടുംബങ്ങളും കമ്പ്യൂട്ടർ നിരക്ഷരരാണ്. പട്ടണങ്ങളിൽ 29 ശതമാനം കുടുംബങ്ങൾക്കേ കമ്പ്യൂട്ടർ സാക്ഷരതയുള്ളൂ. 40–60 വയോപരിധിയിൽ പെട്ടവരിൽ ഒരു ശതമാനത്തിനേ കമ്പ്യൂട്ടറിൽ ടൈപ്പ്പു ചെയ്യാനറിയൂ. 30–45 വയസ്സുകാരിൽ 4 ശതമാനത്തിനേ കമ്പ്യൂട്ടർ ടൈപ്പിങ് വശമുള്ളൂ.

# 10

# നോട്ടുനിരോധനത്തിന്റെ ബാക്കിപത്രം

**അ**മ്പതു ദിവസം അല്പം ബുദ്ധിമുട്ടുണ്ടാകും. അതുകഴിഞ്ഞാൽ എല്ലാം ശരിയാകും. രാജ്യം സാമ്പത്തികവളർച്ചയുടെ രാജപാതയിൽ പ്രവേശിക്കും. ഇതായിരുന്നു നവംബർ എട്ടിന് നല്കിയ വാഗ്ദാനം. എന്നാൽ ഒന്നും സംഭവിച്ചില്ല. സംഭവിച്ചത് ഒന്നുമാത്രം. ജനങ്ങൾക്ക് എണ്ണിയാലൊടുങ്ങാത്ത കഷ്ടപ്പാടുകൾ. പണം അപ്രത്യക്ഷമായാൽ പണം ഉപയോഗിച്ചുള്ള ഉല്പാദന-വിപണന പ്രവർത്തനങ്ങൾ സ്തംഭിക്കുമെന്ന് വിവരമുള്ളവർ പറഞ്ഞതാണ്. റിസർവ്വ് ബാങ്ക് മുൻ ഗവർണർ രഘുറാം രാജനാണ് അവരിലൊരാൾ. അമർത്യാസെന്നാണ് മറ്റൊരാൾ. ഒന്നും ചെവിക്കൊണ്ടില്ല. നവംബർ എട്ടിന് 500 ന്റെയും 1000 ന്റെയും കറൻസികൾ പിൻവലിച്ചു. ഏറെനാൾ പകരം കറൻസികൾ നല്കിയുമില്ല.

2016-17 ലെ സ്ഥിതിവിവരക്കണക്കുകൾ ലഭ്യമാണ്. ജൂൺ ഒന്നിനാണ് സി എസ് ഒ ദേശീയവരുമാന കണക്കുകൾ പുറത്തുവിട്ടത്. 2016-17 ൽ 7.9 ശതമാനം വളർച്ചാനിരക്ക് നേടുമെന്നായിരുന്നു കണക്കുകൂട്ടിയത്. 7.1 ശതമാനം വളർച്ചാനിരക്കേ കൈവരിക്കൂ എന്നത്രേ ഒടുവിലെ കണക്ക്. നിരാശപ്പെടുത്തുന്നതാണ് ഇതെന്ന കാര്യത്തിൽ സംശയമില്ല. സമീപകാലത്തെ ഏറ്റവും താഴ്ന്ന വളർച്ചാനിരക്കാണിത്.

നോട്ടു നിരോധനത്തിന്റെ പ്രത്യാഘാതം അളക്കാൻ നവംബർ എട്ടിനുശേഷമുള്ള സ്ഥിതി പരിശോധിക്കുകയാകും ഉചിതം. ഓരോ മൂന്നുമാസത്തെ (പാദത്തിലെ) കണക്കുകളും സി എസ് ഒ ലഭ്യമാക്കുന്നുണ്ട്. ഒക്ടോബർ-നവംബർ-ഡിസംബർ അടങ്ങുന്നതാണ് മൂന്നാംപാദം. നവംബർ, ഡിസംബർ രണ്ടുമാസത്തെ പ്രത്യാഘാതം ദേശീയവരുമാനത്തിൽ ശരിക്കും പ്രതിഫലിച്ചു. ഒന്നാംപാദത്തിൽ 7.9 ശതമാനമായിരുന്നു ദേശീയവരുമാനവളർച്ചാ നിരക്ക്. മേൽക്കൊടുത്ത മൂന്നാം പാദത്തിൽ അത്

ഏഴ് ശതമാനത്തിലേക്ക് കൂപ്പുകുത്തി. ജനുവരി–ഫെബ്രുവരി–മാർച്ച് ഉൾപ്പെടെ നാലാംപാദത്തിൽ വരുമാനം 6.1 ശതമാനം കീഴ്ക്കാംതൂക്കായി നിലംപൊത്തി. ഏറ്റവും മോശപ്പെട്ട വളർച്ചാ നിരക്കാണിത്. മുൻവർഷം നാലാംപാദത്തിലെ ദേശീയ വരുമാനവർദ്ധനയ്ക്ക് 8.6 ശതമാനമായിരുന്നുവെന്ന് ഓർക്കുമ്പോഴാണ് വീഴ്ചയുടെ ആഴം അറിയുന്നത്.

ശതമാനക്കണക്ക് കൃത്യമായ ധാരണ നല്കുകയില്ല. 113.81 ലക്ഷം കോടി രൂപയായിരുന്നു 2015–16 ലെ യഥാർത്ഥ ദേശീയവരുമാനം. 2011–12 ലെ വിലനിരക്ക് അടിസ്ഥാനമായി സ്വീകരിച്ചാണ് ഈ കണക്ക്. 2.5 ശതമാനമെന്നാൽ, രണ്ടുലക്ഷത്തി എൺപത്തയ്യായിരം കോടി രൂപ. അത്രയും രൂപയുടെ സാധനങ്ങളും സേവനങ്ങളും ഉല്പാദിപ്പിക്കപ്പെടാതെപോയി. ജനങ്ങൾക്ക് അത്രയും സാധനങ്ങളും സേവനങ്ങളും നിഷേധിച്ചു. അവ ഉല്പാദിപ്പിക്കാൻ ആവശ്യമായ തൊഴിൽദിനങ്ങൾ നഷ്ടമായി. വരുമാനം നഷ്ടമായി. 2.85 ലക്ഷം കോടി രൂപയുടെ 30 ശതമാനം സമ്പാദ്യവും ഇല്ലാതായി. നിക്ഷേപം അത്രയും കുറഞ്ഞു. ഇത്രയുമാണ് ദേശീയ വരുമാന തകർച്ച സൃഷ്ടിക്കുന്ന പ്രശ്നങ്ങൾ. ദേശീയവരുമാനം വർദ്ധിച്ചിരുന്നുവെങ്കിൽ നേർവിപരീത ഫലങ്ങൾ ഉണ്ടാകുമായിരുന്നു എന്നു പറയേണ്ടതില്ല.

വാസ്തവത്തിൽ വളർച്ചാനിരക്ക് 6.1 ശതമാനത്തേക്കാൾ കുറവായിരിക്കും. വരുമാനം കണക്കാക്കുന്നതിലെ അപാകതകളും അപൂർണ്ണതകളും തന്നെ കാരണം. ഊഹത്തിന്റെ അടിസ്ഥാനത്തിൽ വരുമാനം കണക്കാക്കിയാൽ തെറ്റുപറ്റും.

രാജ്യത്തെ മൊത്തം ഉല്പാദനത്തിൽ 60 ശതമാനം സംഘടിതമേഖലയുടെ സംഭാവനയാണ്. വൻകിട–ഇടത്തരം സ്ഥാപനങ്ങളാണ് സംഘടിത മേഖലയിൽ പെടുന്നത്. അവയുടെ സാമാന്യേന വിശദമായ വിവരങ്ങൾ ലഭിക്കാൻ എളുപ്പമാണ്. കൃഷി, നിർമ്മാണ പ്രവർത്തനങ്ങൾ, ചെറുകിട വ്യാപാരം, ചെറുകിട വ്യവസായങ്ങൾ, ഹോട്ടലുകൾ തുടങ്ങിയവ ഉൾക്കൊള്ളുന്നതാണ് അനൗപചാരികമേഖല. മുൻവർഷത്തെ വരുമാനം അടിസ്ഥാനമാക്കിയ ഊഹക്കണക്കുകളെ ആശ്രയിക്കുകയാണ് പതിവുരീതി.

ദേശീയ വരുമാനത്തിന്റെ 40 ശതമാനം ലഭിക്കുന്നത് അനൗപചാരികമേഖലയിൽനിന്നാണ്. തൊഴിലെടുക്കുന്നവരിൽ 90 ശതമാനം ആശ്രയിക്കുന്നതും ആ മേഖലയെത്തന്നെ. മാത്രമല്ല, സംഘടിതമേഖലയുടേതിൽനിന്ന് വ്യത്യസ്തമായി അനൗപചാരികമേഖലയിലെ കൊടുക്കൽ–വാങ്ങൽ മാധ്യമം കറൻസിയാണ്. 85 ശതമാനം കറൻസി നോട്ടുകൾ പിൻവലിക്കുമ്പോൾ എന്ത് സംഭവിക്കുമോ അതുതന്നെ സംഭവിച്ചു. വില്പന ചുരുക്കി. അതോടെ ഉല്പാദനം സ്തംഭിച്ചു. തൊഴിലും വരുമാനവും ഇടിഞ്ഞു. അത് വീണ്ടും വില്പന ചുരുക്കി. കൃത്യമായ സ്ഥിതിവിവരങ്ങൾ ലഭ്യമായാൽ ദേശീയവരുമാന വളർച്ച നാല് ശതമാനമോ അതിനടുത്തതോ ആകും.

വളർച്ചയുടെ അടിത്തറയാണ് സ്വകാര്യമൂലധന നിക്ഷേപം. അത

ല്ലെങ്കിൽ സർക്കാർ നിക്ഷേപം ഉയർത്തണം. സർക്കാരിന്റെ സ്വകാര്യമേഖല പ്രീണനനയവും ചെലവുചുരുക്കി കമ്മി കുറയ്ക്കാനുള്ള ശ്രമവും സർക്കാർ നിക്ഷേപ വളർച്ചയ്ക്ക് തടസ്സം നില്ക്കുന്നു. സ്വകാര്യമൂലധനത്തിന് നിരവധി ആനുകൂല്യങ്ങളും ഇളവുകളും വച്ചുനീട്ടിയിട്ടും മൂലധനനിക്ഷേപം ഇടിയുകയാണ്. ദേശീയവരുമാനത്തിന്റെ 31 ശതമാനമായിരുന്നു ഒന്നാം പാദത്തിൽ നിക്ഷേപനിരക്ക്. നാലാംപാദത്തിൽ അത് 28.5 ശതമാനമായി ചുരുങ്ങി. ഇതൊരു ഗുരുതരസ്ഥിതിയാണ്. മൂലധനനിക്ഷേപത്തിന്റെ പ്രധാന സ്രോതസ്സാണ് ബാങ്ക് വായ്പകൾ. ബാങ്കുകളിൽ പണമുണ്ട്. പക്ഷേ, വായ്പത്തോത് കുറയുകയാണ്. ഭീമമായ കിട്ടാക്കടംമൂലം വായ്പകൾ നല്കാൻ ബാങ്കുകൾ വിസമ്മതിക്കുന്നു. കോർപ്പറേറ്റുകളുമായുള്ള ചങ്ങാത്തമാണ് കിട്ടാക്കടം പെരുകാൻ കാരണം. വിദേശ മൂലധനനിക്ഷേപം വർദ്ധിച്ചിട്ടുണ്ട്. അതൊന്നും മൊത്തം സമ്പദ്‌വ്യവസ്ഥയിൽ ഒരു ചലനവും ഉണ്ടാക്കിയിട്ടില്ല; ഓഹരിക്കമ്പോളത്തിലൊഴികെ. ഒരു പ്രമുഖ പത്രത്തിലെഴുതിയ ലേഖനത്തിൽ കേന്ദ്രമന്ത്രി വെങ്കയ്യനായിഡു അവകാശപ്പെട്ടത്, 62.3 ശതകോടി ഡോളർ വിദേശമൂലധനം എത്തിയെന്നാണ്. ഇതിൽ എത്രഭാഗം ഓഹരിക്കമ്പോളത്തിലേക്കൊഴുകി, എത്രഭാഗം ഉല്പാദനമേഖലയിൽ എത്തി എന്നതു സംബന്ധിച്ച് പരാമർശമില്ല. അത് മനഃപൂർവ്വമാണ്. ഓഹരിലാഭം ലക്ഷ്യംവച്ചുള്ള ധനമൂലധനമാണ് എത്തിച്ചേർന്നതെന്ന് വ്യക്തം. സുദീർഘമായ ആ ലേഖനത്തിൽ തൊഴിൽ വളർച്ചയെക്കുറിച്ച് ഒരു വാക്കുപോലുമില്ല. പ്രതിവർഷം രണ്ടു കോടി പുതിയ തൊഴിലവസരം സൃഷ്ടിക്കുമെന്നായിരുന്നല്ലോ തിരഞ്ഞെടുപ്പുവാഗ്ദാനം. സൃഷ്ടിച്ചതാകട്ടെ 2.30 ലക്ഷവും. പ്രതിവർഷം 1.30 കോടി ചെറുപ്പക്കാർ തൊഴിലന്വേഷകരായി എത്തുന്നുണ്ടെന്ന് ഓർക്കണം. അവരെക്കുറിച്ച് നേരിയ ചിന്തപോലും ഉണ്ടായിരുന്നെങ്കിൽ തൊഴിലും വരുമാനവും തകർത്ത നോട്ടുനിരോധനത്തിലേക്ക് സർക്കാർ ചാടി പുറപ്പെടുമായിരുന്നില്ല.

നോട്ടുനിരോധനത്തെ ന്യായീകരിക്കാൻ ആരും തയ്യാറാകാത്തത് ഒരു കുറ്റസമ്മതമാണ്. ദേശീയ വരുമാന വിവരങ്ങൾ അവകാശവാദങ്ങളുടെ പൊള്ളത്തരം കൂടുതൽ വെളിപ്പെടുത്തുന്നു. എന്നാൽ, വീണിടത്തുകിടന്ന് ഉരുളുകയാണ് ധനമന്ത്രി അരുൺ ജെയ്റ്റ്ലി. ആഗോള സാമ്പത്തിക മാന്ദ്യമാണത്രേ ദേശീയവരുമാനം ഇടിയാനുള്ള കാരണം. സാമ്പത്തിക മാന്ദ്യം ഒരു യാഥാർത്ഥ്യമാണ്. അത് ഇന്ത്യയുടെ കയറ്റുമതിവ്യാപാരത്തെ ബാധിക്കുകയും ചെയ്തു. ആഗോള സാമ്പത്തികമാന്ദ്യത്തെ ചാരി വരുമാനത്തകർച്ചയെ ന്യായീകരിക്കുന്നത് ഇരുട്ടുകൊണ്ട് ഓട്ട അടയ്ക്കലാണ്. 2014–15 ൽ 7.18 ശതമാനവും 2015–16 ൽ എട്ട് ശതമാനവും സാമ്പത്തികവളർച്ച നേടിയതിന് എന്ത് വിശദീകരണം? 2016–17 ലെ കുറഞ്ഞ സാമ്പത്തിക വളർച്ചയ്ക്കുമാത്രം ആഗോള സാമ്പത്തിക പ്രതിസന്ധി കാരണമാകുന്നതെങ്ങനെ? ഒന്നാംപാദത്തിലെ 7.9 ശതമാനം വളർച്ച നാലാംപാദത്തിൽ 6.1 ശതമാനത്തിലേക്ക് നിലം പൊത്തിയതിനും കാരണം ആഗോള

സാമ്പത്തിക പ്രതിസന്ധിയാകുന്നതെങ്ങനെ? ആട്ടിൻകുട്ടിയോടുള്ള ചെന്നായയുടെ ന്യായവാദമാണിത്.

ഡിജിറ്റൽ ഇടപാടിലെ വർദ്ധനയാണ് നോട്ടുനിരോധനത്തിന്റെ ഏറ്റവും വലിയ നേട്ടമെന്ന് ജെയ്റ്റ്ലി അവകാശപ്പെടുന്നുണ്ട്. ഇത് യാഥാർത്ഥ്യവുമായി പൊരുത്തപ്പെടുന്നില്ല. പാർലമെന്റിന്റെ ധനകമ്മിറ്റി മുമ്പാകെ തെളിവ് നല്കിയ ഇന്ത്യൻ ബാങ്കേഴ്സ് അസോസിയേഷൻ വ്യക്തമാക്കിയത്, ഡിജിറ്റൽ ഇടപാടുകൾ ഏറ്റവും മന്ദഗതിയിലെത്തിയെന്നാണ്. ഈ വാസ്തവം ജെയ്റ്റ്ലി മനസ്സിലാക്കാത്തതല്ല. പക്ഷേ, നോട്ടുനിരോധനത്തെ ന്യായീകരിക്കാനുള്ള വ്യഗ്രതയിൽ കാര്യങ്ങളെ വളച്ചൊടിക്കുകയാണ്.

നോട്ടുനിരോധനം ഒരു ദുരന്തനാടകമായിരുന്നു. മണ്ടൻ തീരുമാനമെന്ന് അതിനെ വിശേഷിപ്പിച്ചത് ഉദാരവല്ക്കരണമെന്ന മണ്ടൻതീരുമാനം കൈക്കൊണ്ട മൻമോഹൻ സിങ്ങാണ്.

# 11

# ഹിന്ദുത്വവും കോർപ്പറേറ്റുകളും

ഇന്ത്യൻ ഭരണഘടനയുടെ മാർഗ്ഗ നിർദ്ദേശക തത്ത്വങ്ങൾ ഇങ്ങനെയാണ്.

> സാമൂഹികവും സാമ്പത്തികവും രാഷ്ട്രീയവുമായ നീതി ദേശീയ ജീവിതത്തിന്റെ എല്ലാ മണ്ഡലങ്ങളുടെയും അന്തഃസത്തയായിത്തീരുമാറുള്ള ഒരു സാമൂഹ്യ വ്യവസ്ഥിതി കഴിയുന്നത്ര സാക്ഷാൽക്കരിക്കുകയും സംരക്ഷിക്കുകയും ചെയ്തുകൊണ്ട് ജനങ്ങളുടെ ക്ഷേമം അഭിവൃദ്ധിപ്പെടുത്തുവാൻ രാഷ്ട്രം യത്നിക്കേണ്ടതാണ്. വ്യക്തികളുടെ ഇടയിൽ മാത്രമല്ല, വിഭിന്നപ്രദേശങ്ങളിൽ താമസിക്കുന്നവരും വിവിധതൊഴിലുകളിൽ ഏർപ്പെട്ടിരിക്കുന്നവരുമായ ജനവിഭാഗങ്ങളുടെ ഇടയിലും അവരുടെ വരുമാനത്തിലുള്ള അസമത്വങ്ങൾ കുറയ്ക്കുവാനും പദവിയിലും സൗകര്യങ്ങളിലും അവസരങ്ങളിലുമുള്ള അസമത്വങ്ങൾ ഇല്ലായ്മചെയ്യുവാനും രാഷ്ട്രം പ്രത്യേകിച്ച് യത്നിക്കേണ്ടതാണ്.

ലളിതമായി പറഞ്ഞാൽ, സാമൂഹ്യനീതി കൈവരുത്താനും ജനക്ഷേമം ഉറപ്പിക്കാനും രാഷ്ട്രം യത്നിക്കണം. എല്ലാവിധ അസമത്വങ്ങളും ഇല്ലായ്മ ചെയ്യാൻ രാഷ്ട്രം പ്രത്യേകം ശ്രദ്ധിക്കണം.

രാഷ്ട്രത്തിന്റെ ദിശയും സാക്ഷാൽക്കരിക്കേണ്ട ലക്ഷ്യവും എന്താകണമെന്ന് ഭരണഘടന കൃത്യമായി നിർവ്വചിക്കുന്നുണ്ട്. അങ്ങേയറ്റം ഉദാത്തവും മാതൃകാപരവുമാണ് ലക്ഷ്യം എന്ന കാര്യത്തിൽ തർക്കമില്ല.

എന്നാൽ, ഭരണകൂടത്തിന്റെ പിന്തുണയോടെ മാർഗ്ഗ നിർദ്ദേശകതത്ത്വങ്ങൾ എങ്ങനെ അട്ടിമറിക്കുമെന്നതിന്റെ ഉദാഹരണമാണ് കഴിഞ്ഞ ആറു പതിറ്റാണ്ടുകാലത്തെ ഇന്ത്യയുടെ ചരിത്രം. രാജ്യത്ത് അസമത്വം പെരുകി.

ജനക്ഷേമം പാഴ്‌വാക്കായി. രാഷ്ട്രം എന്നാൽ എല്ലാവരെയും ഉൾക്കൊള്ളാത്ത പദമായി മാറി.

സാമ്പത്തികാസൂത്രണത്തോടെയായിരുന്നു തുടക്കം. സാമ്പത്തികാസൂത്രണത്തിന്റെ ഉള്ളടക്കം പക്ഷപാതപരമാണ്. 1944 ൽ ബോംബെയിൽ എട്ടു വൻകിട വ്യവസായികൾ ചേർന്ന് രൂപംനല്കിയ ബോംബെപ്ലാൻ എന്നും ടാറ്റ–ബിർള പ്ലാൻ എന്നും അറിയപ്പെട്ട രൂപരേഖയാണ് ഇന്ത്യൻ സാമ്പത്തികാസൂത്രണത്തിന്റെ മൂലക്കല്ല്. ദേശീയവരുമാനവർദ്ധന കൈവരുത്തുകയാകണം ആസൂത്രണത്തിന്റെ ലക്ഷ്യമെന്ന് ബോംബെ പ്ലാൻ പ്രഖ്യാപിച്ചു അന്നും ഇന്നും ദേശീയ വരുമാന വർദ്ധന സാമ്പത്തിക വളർച്ചയുടെ ലക്ഷ്യമായി തുടരുന്നു. 15 വർഷത്തിനകം കാർഷികോല്പാദനം ഇരട്ടിയാക്കുകയും വ്യവസായ ഉല്പാദനം അഞ്ചിരട്ടിയാക്കുകയും ചെയ്യണമെന്നു രേഖ നിർദ്ദേശിക്കുന്നു. ആകെ നിക്ഷേപമായ 10000 കോടി രൂപയിൽ 44.8 ശതമാനം വ്യവസായത്തിനായിരിക്കണമെന്നും ബോംബെ പ്ലാൻ നിർദ്ദേശിക്കുന്നു. കൃഷിയേക്കാൾ വ്യവസായ വളർച്ചയ്ക്കു മുൻഗണന നല്കുന്നു. ആ സമീപനം ഇപ്പോഴും തുടരുന്നത് യാദൃച്ഛികമല്ല.

ബോംബെ പ്ലാൻ പൊതുമേഖലയ്ക്കു കൃത്യമായ സ്ഥാനം നിർവ്വചിച്ചു. സമ്പദ് വ്യവസ്ഥയുടെ എല്ലാ മേഖലകളിലും പൊതുമേഖലയുടെ സ്വാധീനമോ സാന്നിദ്ധ്യമോ ഉണ്ടാകണമെന്നല്ല നിർദ്ദേശിച്ചത്. മറിച്ച്, കൂടുതൽ മുടക്കുവേണ്ടിവരുന്നതും, ലാഭനിരക്കു കുറഞ്ഞതും, നിക്ഷേപവും ഉല്പാദനവും തമ്മിലെ ഇടവേള ദീർഘവുമായ നിക്ഷേപങ്ങൾ സർക്കാർ നടത്തണമെന്നാണ് നിർദ്ദേശിക്കപ്പെട്ടത്. രണ്ടു കാര്യങ്ങളാണ് സ്വകാര്യ മേഖല ഇതിലൂടെ ലക്ഷ്യമാക്കിയത്. ഒന്ന്, പൊതുമേഖലയിൽ സൃഷ്ടിക്കപ്പെടുന്ന ഇരുമ്പ്, ഉരുക്ക്, കൽക്കരി, വൈദ്യുതി, ഘനയന്ത്രസാമഗ്രികൾ, രാസവളം, റോഡുകൾ, പാലങ്ങൾ, തുറമുഖങ്ങൾ തുടങ്ങിയവ തങ്ങളുടെ വ്യവസായ വളർച്ചയ്ക്ക് അടിത്തറയാകും. രണ്ട് പൊതുമേഖലാ നിക്ഷേപത്തിന്റെ ഫലമായുണ്ടാകുന്ന വരുമാനവർദ്ധന, സ്വകാര്യമേഖലയുടെ ഉല്പന്നങ്ങൾക്ക് വിപണിയൊരുക്കും. 1951 ൽ ആകെ പൊതുമേഖലാ നിക്ഷേപം 29 കോടി രൂപയായിരുന്നു. 2014 ൽ അത് 9,92,971 കോടി രൂപയായി വളർന്നു. കേന്ദ്ര പൊതുമേഖലാ സ്ഥാപനങ്ങളുടെ എണ്ണം 5 ൽനിന്ന് 234 ആയി വർദ്ധിച്ചു.

ബോംബെ പ്ലാൻ ഉൾക്കൊണ്ട സാമ്പത്തികനയം സർക്കാരിനെക്കൊണ്ട് അംഗീകരിപ്പിക്കുക ഒട്ടും പ്രയാസകരമായിരുന്നില്ല. ഭരണകൂടത്തിൽ വൻകിട ബൂർഷ്വാസിക്കു ലഭിച്ച മേൽക്കൈ തന്നെ കാരണം.

സ്വാതന്ത്ര്യസമരത്തിൽ എല്ലാ വിഭാഗം ജനങ്ങളും പങ്കാളികളായിരുന്നുവല്ലോ. ദേശീയ സ്വാതന്ത്ര്യത്തിനുവേണ്ടി ദേശീയ ജനത നടത്തിയ സമരമായിരുന്നു അത്. തൊഴിലാളികൾ, കൃഷിക്കാർ, കർഷകത്തൊഴിലാളികൾ, കൈവേലക്കാർ, വിദ്യാർത്ഥികൾ അദ്ധ്യാപകർ, സാമൂഹ്യപ്രവർത്തകർ തുടങ്ങി എല്ലാ വിഭാഗങ്ങളും സ്വാതന്ത്ര്യസമരത്തിൽ പങ്കാളികളായി. എന്നാൽ, നേതൃത്വം വൻകിട ബൂർഷ്വാസിക്കായിരുന്നു.

സ്വാതന്ത്ര്യ സമര പരിസമാപ്തിയിൽ ബ്രിട്ടീഷുകാർ ഭരണകൂടാധികാരം വൻകിട ബൂർഷ്വാസിക്കു കൈമാറി. കൈവന്ന അധികാരം തങ്ങളുടെ സാമ്പത്തിക വളർച്ചയ്ക്ക് യഥേഷ്ടം കൈകാര്യം ചെയ്യുവാൻ ബൂർഷ്വാസിക്കു അവസരമേകി. പൊതുസാമ്പത്തിക-ബജറ്റ് നയങ്ങൾ ബൂർഷ്വാസിയുടെ താല്പര്യങ്ങൾക്കനുസരിച്ച് ചിട്ടപ്പെടുത്തി. പൊതുമേഖല ഉപയോഗിച്ചും സർക്കാരിന്റെ പിന്തുണ പ്രയോജനപ്പെടുത്തിയും സ്വകാര്യ മേഖല വളർന്നു. പൊതുമേഖലാ സ്ഥാപനങ്ങളെ വിലയ്ക്കു വാങ്ങാവുന്ന ധനസ്ഥിതിയിലേക്കു വളർന്നു എന്നു പറയുന്നതാവും ശരി.

ഇന്ത്യ അടിസ്ഥാനപരമായി സ്വകാര്യ സമ്പദ്വ്യവസ്ഥയാണ്. വിസ്തൃതങ്ങളായ കൃഷിപ്പാടങ്ങളും വൻകിട വ്യവസായശാലകളും ബാങ്കുകളും മറ്റു ധനകാര്യ സ്ഥാപനങ്ങളും, മൊത്ത-ചില്ലറ വ്യാപാരങ്ങളും സ്വകാര്യ മേഖലയിലാണ്. വിപണി വ്യവസ്ഥകളുടെ രീതിശാസ്ത്രമനസുരിച്ചാണ് സമ്പദ്വ്യവസ്ഥ പ്രവർത്തിക്കുന്നത്. സ്വകാര്യ സമ്പദ് വ്യവസ്ഥ അടിസ്ഥാനപരമായും അസമത്വവ്യവസ്ഥയാണ്. അഴിമതി, ചൂഷണം, വിലക്കയറ്റം, ദാരിദ്ര്യം, തൊഴിലില്ലായ്മ തുടങ്ങിയവ സ്വകാര്യവ്യവസ്ഥയുടെ ഉല്പന്നങ്ങളാണ്. അത്തരം പ്രശ്നങ്ങൾ അനിവാര്യമാണെന്നും സാമ്പത്തിക വളർച്ചയുടെ ഭാഗമാണെന്നുമുള്ള സിദ്ധാന്തം ഭരണകൂടം മുന്നോട്ടുവെക്കുന്നു. സാമ്പത്തിക വളർച്ചയ്ക്കു വേണ്ടി അത്തരം പ്രശ്നങ്ങളെ സഹിഷ്ണുതയോടെ സ്വീകരിക്കണമെന്നും അത് ദേശീയ ബോധത്തിന്റെ ഭാഗമാണെന്നും ഭരണകൂടം പ്രചരിപ്പിക്കുന്നു. വ്യക്തികളുടെ പ്രയാസങ്ങൾക്കും ഇഷ്ടാനിഷ്ടങ്ങൾക്കും ഉപരി ദേശീയ താല്പര്യം ഉയർത്തിപ്പിടിക്കണമെന്നും ബൂർഷ്വാ ഭരണകൂടം ആഹ്വാനം ചെയ്യുന്നു. ബൂർഷ്വാസിയുടെ താല്പര്യമാണ് ദേശീയത എന്നു പറയാതെ പറയുകയാണ്. ബൂർഷ്വാ ദേശീയതയെ രാജ്യത്തിന്റെ ദേശീയതയായി വ്യാഖ്യാനിക്കുകയാണു ചെയ്യുന്നത്.

സ്വാതന്ത്ര്യസമരകാലത്ത് സാമ്രാജ്യത്വത്തിനെതിരെ പോരാടാൻ ജനങ്ങൾ ഒന്നടങ്കം കൈകോർത്തു. ഇന്ത്യ എന്നും ഇന്ത്യാക്കാരെന്നുള്ള ബോധം ശക്തമായിരുന്നു. പല ഭാഷകൾ സംസാരിക്കുകയും പല ജീവിതരീതികൾ പിന്തുടരുകയും ചെയ്തുപോന്ന വിവിധ ജനവിഭാഗങ്ങൾ ഇന്ത്യാക്കാരെന്ന ദേശീയ ബോധത്തിൽ അണിനിരന്നു. സാമ്രാജ്യത്വ വിരുദ്ധസമരം ഇന്ത്യൻ ദേശീയതയ്ക്കു വിത്തു പാകി. കരുത്തു പകർന്നു.

സ്വാതന്ത്ര്യാനന്തരം പിന്തുടർന്ന സാമ്പത്തിക നയങ്ങൾ ജനകീയ ദേശീയതയുടെ അടിത്തറയിളക്കി. തൽസ്ഥാനത്ത് ബൂർഷ്വാദേശീയത അവരോധിക്കപ്പെട്ടു. തുടർന്ന് ഹിന്ദുത്വദേശീയതയിലേക്ക് അതിവേഗം വഴിമാറിയ കാഴ്ചയാണു നാം കാണുന്നത്. ബൂർഷ്വാസിയും ഹിന്ദുത്വവും സൃഷ്ടിച്ച ഹിന്ദുത്വദേശീയത ശക്തിപ്പെടുത്താനുള്ള ശ്രമങ്ങൾ തുടരുകയാണ്.

ജനകീയ ദേശീയത ഏകശിലാ രൂപമായിരുന്നില്ല. അതിൽ ഉൾപ്പിരിവുകളുണ്ടായിരുന്നു. ജന്മിത്തം സാമ്രാജ്യത്വപക്ഷത്തായിരുന്നു. ബൂർഷ്വാ

സിയാകട്ടെ സാമ്രാജ്യത്വവുമായി വിപണി പങ്കിടുന്നതിൽ താല്പര്യപ്പെട്ടു. തൊഴിലാളികളും കൃഷിക്കാരും മറ്റദ്ധ്വാനിക്കുന്നവരും സ്വാതന്ത്ര്യലബ്ധിക്കുശേഷമുള്ള പുതിയ സമൂഹത്തിൽ പ്രതീക്ഷയുറപ്പിച്ചു.

ബൂർഷ്വാദേശീയതയും ഏകശിലാരൂപമല്ല. ജന്മിത്തം അവസാനിപ്പിച്ചാൽ ലഭിക്കുമായിരുന്ന വിപണി വിപുലീകരണം ഒഴിവാക്കി ബൂർഷ്വാസി ജന്മിത്തവുമായി കൂട്ടുചേർന്നു. ഭൂപരിഷ്കരണം നടപ്പാക്കുന്നതിൽ വിമുഖത കാട്ടി. ബൂർഷ്വാ വ്യവസ്ഥിതിയുടെ തന്നെ വികാസത്തിനു തടസ്സമായത് ആ ചങ്ങാത്തമാണ്. ഭൂപരിഷ്കരണത്തിന്റെ അഭാവത്തിൽ ലാഭം വളർത്താൻ ബൂർഷ്വാസി സ്വീകരിച്ചത് മറ്റൊരു മാർഗ്ഗമാണ്. ഉല്പന്നവില വർദ്ധിപ്പിച്ചും കൂലിച്ചെലവ് താഴ്ത്തി ഉല്പാദനച്ചെലവ് കുറച്ചും ലാഭം വളർത്തുന്ന ശൈലിയാണ് സ്വീകരിച്ചത്. വിലക്കയറ്റം ഒരു മൂലധനസമാഹരണമാർഗ്ഗമായി സ്വീകരിക്കപ്പെട്ടു.

പൊതുമേഖലാ സ്ഥാപനങ്ങൾ സ്വകാര്യമേഖലയുടെ വളർച്ചയ്ക്ക് സഹായകമായി. കുറഞ്ഞ പലിശനിരക്കിൽ ദീർഘകാല വായ്പ നല്കുന്ന ധനസഹായ സ്ഥാപനങ്ങൾ സർക്കാർ ആരംഭിച്ചു. അങ്ങനെ പശ്ചാത്തല സൗകര്യം മാത്രമല്ല, മൂലധന ലഭ്യതയും ഉറപ്പാക്കി. വൻകിടക്കാരെ നികുതിക്കു വിധേയമാക്കുന്നതിനു പകരം, കമ്മിപ്പണമടിച്ചിറക്കിയും പരോക്ഷ നികുതി നിരക്കുകൾ ഉയർത്തിയും വിഭവസമാഹരണം നടത്തി. ചൂഷണത്തിനെതിരെ ഉയരുന്ന ജനരോഷം തണുപ്പിക്കാൻ ഗരീബീ ഹഠാവോയും ദേശീയ ഗ്രാമീണ തൊഴിൽദാന പദ്ധതിയും മുന്നോട്ടുവച്ചു. മിശ്ര സമ്പദ് വ്യവസ്ഥയും സോഷ്യലിസ്റ്റ് രീതിയിലുള്ള സാമ്പത്തിക വ്യവസ്ഥയും ലക്ഷ്യങ്ങളായി ഉയർത്തിക്കാട്ടി. ആഭ്യന്തര വിപണിയുടെ ചുരുക്കം മറികടക്കാൻ കയറ്റുമതിയിലൂന്നിയ വ്യാപാര നയം പ്രഖ്യാപിച്ചു. മൂലധന നിക്ഷേപത്തിന്മേലുണ്ടായിരുന്ന നിയന്ത്രണങ്ങൾ ഉപേക്ഷിക്കപ്പെട്ടു.

കഴിഞ്ഞ ഏഴുപതിറ്റാണ്ടിനിടെ, വിശേഷിച്ചും 1991 നുശേഷം, ആശ്ചര്യപ്പെടുത്തുന്ന വളർച്ചയാണ് വൻകിട ബൂർഷ്വാസി കൈവരിച്ചത്. 1963 –64 ൽ, 35 കോടി രൂപയിൽ കൂടുതൽ ആസ്തിയുണ്ടായിരുന്ന വൻകിടകമ്പനികളിൽ ഏറ്റവും മുകൾത്തട്ടിലെ 20 കമ്പനികളുടെ മൊത്തം ആസ്തി 1346 കോടി രൂപ എന്നാണ് സുബിമൽദത്ത് കമ്മിറ്റി കണക്കാക്കിയത്. 1972 ൽ അത് 2511 കോടി രൂപയിലേക്കും, 1981 ൽ 7857 കോടി രൂപയിലേക്കും വളർന്നു. 1990 ൽ 41522 കോടിയിലേക്ക് വീണ്ടും ഉയർന്നു. പിന്നീടങ്ങോട്ടു സംഭവിച്ചത് ശരിക്കും കുതിച്ചു ചാട്ടമായിരുന്നു. 2017 മാർച്ചിലെ ഫോർബ്സ് കണക്കനുസരിച്ച്, 1257488 കോടി രൂപയാണ് മുകേഷ് അംബാനി, ദിലീപ് സാങ്‌വി, ഹിന്ദുജ സഹോദരന്മാർ അസിംപ്രേംജി, പല്ലോൻജി മിസ്ത്രി, ലക്ഷ്മി മിറ്റൽ തുടങ്ങി 20 വൻകിട കോർപ്പറേറ്റുകളുടെ ആകെ ആസ്തി. കമ്പനികളുടെ ഓഹരി മൂല്യം ഡോളറിന് 64.47 രൂപ നിരക്കിൽ കണക്കാക്കിയാണ് മേൽ സംഖ്യയിലെത്തിയത്. ഓഹരികളല്ലാതെ മറ്റു ആസ്തികളൊന്നും കണക്കിലെടുത്തിട്ടില്ല.

യാദൃച്ഛികതയാകാം, പക്ഷേ, ഉദാരവല്ക്കരണസാമ്പത്തിക നയം

സ്വീകരിക്കപ്പെട്ടതും പത്താം ലോകസഭാ തിരഞ്ഞെടുപ്പിൽ ബി ജെ പി പ്രതിപക്ഷത്തെ ഏറ്റവും വലിയ കക്ഷിയായതും 1991 ലാണ്. അന്നുമുതൽ ആരംഭിച്ചതാണ് കോർപ്പറേറ്റുകളും ബി ജെ പിയും തമ്മിലെ ബാന്ധവം. ഒന്നു മറ്റൊന്നിനെ പരിപോഷിപ്പിച്ച് വളരുകയാണ്. അദ്വാനിയുടെ രഥയാത്രയും 1992 ലെ ബാബറി മസ്ജിദ് തകർക്കലും രാജ്യത്ത് വർഗ്ഗീയമായ ചേരിതിരിവ് സൃഷ്ടിച്ചു. 1996 ലെ 11–ാം ലോകസഭാ തിരഞ്ഞെടുപ്പിൽ ഏറ്റവും വലിയ ഒറ്റക്കക്ഷിയായി ബി ജെ പി ഉയർന്നു. 161 സീറ്റുകൾ നേടി. 1998 ൽ 12–ാം ലോകസഭാ തിരഞ്ഞെടുപ്പിൽ എൻ ഡി എ സർക്കാർ രൂപംകൊണ്ടു.

വർഗ്ഗീയതമാത്രമല്ല ബി ജെ പിയുടെ ഉയർച്ചയ്ക്കു കാരണം. കോൺഗ്രസ് നേതൃത്വത്തിലുള്ള യു പി എ സർക്കാരിന്റെ അഴിമതിയും കെടുകാര്യസ്ഥതയും വിലക്കയറ്റവും ബി ജെ പിക്കു ഗുണകരമായി. തൊഴിലില്ലായ്മയും കർഷക ആത്മഹത്യകളും സാധാരണക്കാരെ സർക്കാരിനെതിരാക്കിയെങ്കിൽ, അഴിമതിയും വിലക്കയറ്റവും പ്രകൃതിവിഭവങ്ങളുടെ ചൂഷണവും പരിസ്ഥിതി വിനാശവും ഇടത്തരക്കാരെ സർക്കാരിനെതിരെ ചിന്തിക്കുവാൻ പ്രേരിപ്പിച്ചു.

വായ്പയിലും ഓഹരി കമ്പോളത്തിലും ഊന്നി കൈവരിച്ച സാമ്പത്തിക വളർച്ച 2010 ആയപ്പോൾ കീഴ്മേൽ മറിഞ്ഞു. ദേശീയ വരുമാന വളർച്ചാ നിരക്ക് 2011 – 12 ൽ 6.7 ശതമാനമായും 2012–13 ൽ 4.5 ശതമാനമായും 2013–14 ൽ 4.7 ശതമാനത്തിലേക്കും കൂപ്പുകുത്തി. രൂപയുടെ മൂല്യത്തകർച്ച വിദേശവായ്പ തിരിച്ചടവ് ചെലവേറിയതാക്കി. കോർപ്പറേറ്റ് മേഖലയുടെ ലാഭം ഗണ്യമായി ഇടിഞ്ഞു. കൽക്കരി കുംഭകോണം, 2 ജി സ്പെക്ട്രം അഴിമതി, അനധികൃത ഖനനം തുടങ്ങി അഴിമതിയുടെ പരമ്പരതന്നെ അരങ്ങേറി. പല കമ്പനിമേധാവികളെയും സി ബി ഐ ചോദ്യം ചെയ്യുന്ന സ്ഥിതിയുണ്ടായി. 2 ജി സ്പെക്ട്രം അഴിമതിയിൽ അനിൽ അംബാനി സി ബി ഐയുടെ ചോദ്യം ചെയ്യലിനുവരെ വിധേയനായി. ടാറ്റയും ബിർളയും എസ്സാറും ജിണ്ടാലും സംശയത്തിന്റെ നിഴലിലായി. ജനരോഷം തണുപ്പിക്കാനായിരുന്നു അത്തരം നടപടികൾ. ഭരണകൂടം വളർത്തിയെടുത്ത കോർപ്പറേറ്റുകളെ ഭരണകൂടം തന്നെ പിണക്കുന്ന സ്ഥിതിയുണ്ടായി. കുമാരമംഗലം ബിർളക്കെതിരെ എഫ് ഐ ആർ രജിസ്റ്റർ ചെയ്യുന്നിടംവരെ എത്തി. സർക്കാർ നടപടികൾ കോർപ്പറേറ്റുകളെ സർക്കാരിനെതിരാക്കി. സാമ്പത്തിക രംഗത്തെ പിന്നോട്ടടി, ലാഭത്തകർച്ചാ അഴിമതി ആരോപണങ്ങൾ ഇവയെല്ലാം, കോർപ്പറേറ്റുകൾ യു പി എയെ കൈവിടുന്നതിനു കാരണമായി. തങ്ങളുടെ താല്പര്യസംരക്ഷണത്തിനുള്ള തെരച്ചിൽ ചെന്നെത്തിയത് ബി ജെ പി യിലും നരേന്ദ്രമോദിയിലുമായിരുന്നു. 2002 ലെ ഗുജറാത്ത് കൂട്ടക്കൊലയെത്തുടർന്ന് മുഖം മിനുക്കൽ നടപടിയിൽ വ്യാപൃതനായിരുന്നു നരേന്ദ്രമോദി. ഗുജറാത്തിലേക്ക് കോർപ്പറേറ്റുകളെ ആകർഷിക്കാൻ മോദി സകല ശ്രമങ്ങളും നടത്തി. വൈബ്രന്റ് ഗുജറാത്ത് കോർപ്പറേറ്റുകളും മോദിയും തമ്മിലെ ആശയ

വിനിമയ സംഗമ വേദിയായി. സൗജന്യ വ്യവസ്ഥയിൽ സർക്കാർ ഭൂമി. കുറഞ്ഞ നിരക്കിൽ വൈദ്യുതി, നികുതി ഇളവുകൾ തുടങ്ങിയവ കോർപ്പറേറ്റുകളെ ആകർഷിക്കുവാൻ യഥേഷ്ടം നല്കപ്പെട്ടു. കോർപ്പറേറ്റുകൾ മോദിക്കു പിന്നിൽ അണിനിരന്നു.

2014 ലെ ലോകസഭാ തിരഞ്ഞെടുപ്പിൽ കൈയും മെയ്യും മറന്ന് ആളുകൊണ്ടും അർത്ഥംകൊണ്ടും വൻകിടബൂർഷ്വാസി ബി ജെ പി യെ സഹായിച്ചു. പ്രമുഖ മാധ്യമങ്ങൾ മോദിയെ രക്ഷകനായി വാഴ്ത്തി.

കോർപ്പറേറ്റുകളെല്ലാം ഹിന്ദുത്വവാദികളല്ല വ്യത്യസ്തങ്ങളായ വീക്ഷണമുള്ളവരുണ്ട്. പക്ഷേ, ഭിന്നസരങ്ങളെ അടിച്ചമർത്തുന്ന സമീപനമാണ് മോദി സ്വീകരിച്ചത്. 2003 ൽ ഉണ്ടായ ഒരു സംഭവം. ഗുജറാത്ത് കൂട്ടക്കൊല നടന്ന് അധികം വൈകാതെയായിരുന്നു അത്. കോൺഫെഡറേഷൻ ഓഫ് ഇന്ത്യൻ ഇൻഡസ്ട്രി ഡൽഹിയിൽ ഒരു സമ്മേളനം ചേർന്നു. ഗുജറാത്ത് മുഖ്യമന്ത്രിയായിരുന്ന മോദിയും ക്ഷണിക്കപ്പെട്ടിരുന്നു. ജാംഷിദ് ഗോദ്റെജും രാഹുൽ ബജാജും ഗുജറാത്തിലെ അരക്ഷിതാവസ്ഥയിൽ ആശങ്ക പ്രകടിപ്പിച്ചു. മോദി രോഷാകുലനായാണ് പ്രതികരിച്ചത്. തുടർന്ന് ഗുജറാത്തിലെ ഏതാണ്ട് നൂറോളം വ്യവസായ പ്രമുഖരെ സംഘടിപ്പിച്ച് സംഘടനയിൽ നിന്ന് രാജി പ്രഖ്യാപനം നടത്തിച്ചു. നിവൃത്തിയില്ലാതെ കോൺഫെഡറേഷൻ ക്ഷമാപണം നടത്തി പിൻവാങ്ങി. അവർക്കു മുഖ്യം തത്ത്വങ്ങളോ നിലപാടുകളോ ആയിരുന്നില്ല. കൊള്ളലാഭമാണ്.

ബി ജെ പി കേവലമൊരു രാഷ്ട്രീയ പാർട്ടിയല്ല. ഹിന്ദുത്വത്തിൽ ഉറപ്പിച്ച പാർട്ടിയാണ്. ഹിന്ദുത്വവും ഹിന്ദുമതവും തമ്മിൽ വ്യത്യാസമുണ്ട്. ഹിന്ദുക്കളെല്ലാവരും ഹിന്ദുത്വവാദികളല്ല. ഭൂരിപക്ഷം ഹിന്ദുക്കളും മതനിരപേക്ഷത പിന്തുടരുന്നവരാണ്. ന്യൂനപക്ഷം പേർ ഹിന്ദുമതത്തെ രാഷ്ട്രീയ നേട്ടത്തിന് ഉപയോഗിക്കുന്നു. എല്ലാ മതത്തിലുമുണ്ട് മതത്തെ രാഷ്ട്രീയ നേട്ടത്തിനു ഉപയോഗിക്കുന്ന ന്യൂനപക്ഷം. ഹിന്ദുത്വം എന്ന വാക്ക് ആദ്യമായി ഉപയോഗിച്ചത് വി ഡി സവർക്കറാണ്. "ഹിന്ദുത്വം ആരാണ് ഹിന്ദു" എന്ന ഉപന്യാസത്തിൽ (1928) മതദർശനങ്ങളെ സംബന്ധിച്ച് കാര്യമായ പരാമർശങ്ങളൊന്നുമില്ല. ഹിന്ദുസംസ്കാരം വികസിച്ചുവന്നതിന്റെ ചരിത്രം മാത്രമാണ് അതിലുള്ളത്. രാഷ്ട്രീയ ലക്ഷ്യത്തിനായി ചരിത്രത്തെ ഉപയോഗപ്പെടുത്തുകയാണ് സവർക്കർ ചെയ്തത്. ഹിന്ദുത്വവും ഹിന്ദുയിസവും രണ്ടാണെന്നു സവർക്കർ വിശദമാക്കുന്നു. ഹിന്ദുക്കളുടെ പൊതുവായ മതവിശ്വാസങ്ങളെ പ്രതിനിധീകരിക്കുന്ന വാക്കാണ് ഹിന്ദുയിസം. എന്നാൽ, ഹിന്ദുത്വത്തിന് മതവുമായി ബന്ധമില്ല. ദേശീയവും സാംസ്കാരികവുമായ വശങ്ങളെ സൂചിപ്പിക്കുന്നതാണ് ഹിന്ദുത്വം. ഹിന്ദുത്വം ഒരു രാഷ്ട്രീയ പദമാണ്. ഹിന്ദുക്കളുടെ പിതൃഭൂമിയും പുണ്യഭൂമിയും ഹിന്ദുസ്ഥാനാണെന്നും എന്നാൽ മറ്റുമതക്കാരുടെ പുണ്യഭൂമി ഹിന്ദുസ്ഥാനല്ലാത്തതിനാൽ അവർ വിദേശികളാണെന്നുമാണ് ഉപന്യാസത്തിന്റെ മുഖ്യ പ്രമേയം.

ഇന്ത്യൻ ഭരണഘടനയുടെ ആമുഖം ഇങ്ങനെയാണ്. "ഭാരതത്തിലെ ജനങ്ങളായ നാം ഭാരതത്തെ ഒരു പരമാധികാര സ്ഥിതി സമത്വ മതേതര ജനാധിപത്യ റിപ്പബ്ലിക്കായി സംവിധാനം ചെയ്യുവാനും..."

ആർ എസ് എസിന്റെ സർ സംഘ് ചാലക് ആയിരുന്ന എം എസ് ഗോൾവാൾക്കർ *നാം അഥവാ നമ്മുടെ ദേശീയത നിർവ്വചിക്കപ്പെടുന്നു* എന്ന കൃതിയിൽ സൂചിപ്പിക്കുന്ന 'നാം' അർത്ഥമാക്കുന്നത് ഇന്ത്യാക്കാരെ ഒന്നിച്ചല്ലാ ഹിന്ദുക്കളെ മാത്രമാണ്. ദേശീയത എന്നതുകൊണ്ട് ഹിന്ദു സാംസ്കാരിക ദേശീയത എന്നും കൃതിയിലെങ്ങും ഇന്ത്യ എന്നോ ഭാരതമെന്നോ വാക്കില്ല. ഹിന്ദുരാഷ്ട്രം അല്ലെങ്കിൽ ഹിന്ദുസ്ഥാൻ എന്നേ ഉപയോഗിക്കുന്നുള്ളൂ. ഇന്ത്യ ഹിന്ദുക്കളുടേതാണെന്നും മറ്റു മതക്കാർ വിദേശികളാണെന്നും പ്രസ്താവിക്കുകവഴി മതനിരപേക്ഷതയെ പൂർണ്ണമായും നിരാകരിക്കുന്നു. ആർ എസ് എസ് ഒരു ജനാധിപത്യസംഘടനയല്ല. ഫാസിസ്റ്റ് സ്വഭാവമുള്ള സംഘടനയാണ്. അങ്ങനെ ഭരണഘടനയുടെ ആമുഖത്തിൽ പറയുന്ന എല്ലാ തത്ത്വങ്ങളെയും നിരസിക്കുകയാണ് ആർ എസ് എസും അതിന്റെ രാഷ്ട്രീയ രൂപമായ ബി ജെ പിയും.

ലോകത്തിലെ ഏറ്റവും നിഷ്ഠുരവും ജനാധിപത്യവിരുദ്ധവും ബലപ്രയോഗത്തിൽ അധിഷ്ഠിതവുമായ വ്യവസ്ഥയാണ് ഫാസിസം. അത് രാഷ്ട്രത്തിന്റെയും വംശത്തിന്റെയും മതത്തിന്റെയും അപ്രമാദിത്തത്തിൽ വിശ്വസിക്കുന്നു. ഫാസിസത്തിൽ വ്യക്തികൾക്കു പ്രാധാന്യമില്ല. ജനങ്ങൾക്ക് സ്വാതന്ത്ര്യമോ അവകാശങ്ങളോ ഇല്ല. സ്വാതന്ത്ര്യം, ജനാധിപത്യം, സാഹോദര്യം എന്നീ മൂല്യങ്ങളിൽ വിശ്വാസമില്ല. അവയുടെ സ്ഥാനത്ത് യഥാക്രമം, ഉത്തരവാദിത്വം, അച്ചടക്കം, പാരമ്പര്യം എന്നിവയെ പ്രതിഷ്ഠിക്കുന്നു. രാഷ്ട്രീയലക്ഷ്യങ്ങൾ കൈവരിക്കാൻ അക്രമത്തെ ആയുധമാക്കുന്നു. ഭരണകർത്താക്കളെ ജനങ്ങൾ ഭയത്തോടെയും ബഹുമാനത്തോടെയും വീക്ഷിക്കണം. സ്ത്രീകൾക്കു സമൂഹത്തിൽ രണ്ടാം പദവിയേയുള്ളൂ.

കോർപ്പറേറ്റുകൾക്ക് ഫാസിസ്റ്റു സ്വഭാവമുള്ള ആർ എസ് എസുമായി ഇണങ്ങിപ്പോകാൻ കഴിയുന്നതെന്തുകൊണ്ട്? പ്രധാനമായും മൂന്നുകാരണങ്ങളുണ്ട്.

1. കോർപ്പറേറ്റ് മേഖല സാമ്പത്തിക കേന്ദ്രീകരണത്തെ പ്രതിനിധീകരിക്കുന്നു. ആർ എസ് എസ് ആകട്ടെ, രാഷ്ട്രീയ കേന്ദ്രീകരണത്തെയും. രാഷ്ട്രീയ കേന്ദ്രീകൃത വ്യവസ്ഥയിലാണ് തങ്ങളുടെ താല്പര്യങ്ങൾ സുരക്ഷിതം എന്നു കോർപ്പറേറ്റ് മേഖല വിശ്വസിക്കുന്നു. എല്ലാ രാജ്യങ്ങളിലും എക്കാലവും കോർപ്പറേറ്റുകൾ സ്വേച്ഛാധിപതികൾക്കൊപ്പമേ നിലയുറപ്പിച്ചിട്ടുള്ളൂ. ജനാധിപത്യം, പണാധിപത്യത്തെ വെല്ലുവിളിക്കുമെന്ന് അവർ ഭയക്കുന്നു.
2. മുതലാളിത്തത്തിനെതിരായ തൊഴിലാളിവർഗ്ഗത്തിന്റെ ചെറുത്തുനില്പു ലഘൂകരിക്കാൻ മതത്തിന്റെ മേലാപ്പ് സഹായിക്കുമെന്ന്

കോർപ്പറേറ്റുകൾ കരുതുന്നു. മുതലാളികളെയും തൊഴിലാളികളെയും കൃഷിക്കാരെയും മറ്റദ്ധ്വാനിക്കുന്നവരെയും മതത്തിന്റെയും മതദേശീയതയുടെയും കണ്ണിയിൽ വിളക്കിച്ചേർത്ത് തങ്ങൾക്കെതിരായ രോഷം വഴിതിരിച്ചുവിടാമെന്ന് കോർപ്പറേറ്റുകൾ കരുതുന്നു. തൊഴിലെടുക്കുന്നവരെ ഭിന്നചേരിയിൽ നിർത്താൻ മതം ഉപയോഗപ്പെടുമെന്ന് അവർ വിശ്വസിക്കുന്നു.

3. ഭരണകൂടത്തിന്റെ അരികുചേർന്നു നിന്നാൽ പരമാവധി ആനുകൂല്യങ്ങൾ നേടി ഇനിയും തഴച്ചുവളരാമെന്നു കോർപ്പറേറ്റുകൾ കണക്കു കൂട്ടുന്നു.

ഹിന്ദുത്വവും കോർപ്പറേറ്റുകളും തമ്മിലെ ചങ്ങാത്തം അനുദിനം വളരുകയാണ്. ഈ വളർച്ച അപകടകരമാണ്.

മുതലാളിത്തത്തിന്റെ കൂടപ്പിറപ്പാണ് സാമ്പത്തിക പ്രതിസന്ധികൾ. അതു ചരിത്രം തെളിയിച്ചിട്ടുണ്ട്. തെളിയിച്ചുകൊണ്ടുമിരിക്കുന്നു. പ്രതിസന്ധി നീട്ടിവെക്കാൻ സർക്കാർ സഹായിക്കും. അതിനപ്പുറം വളർന്നാൽ പ്രതിസന്ധിയിൽ നിന്ന് തിരിച്ചുപോക്ക് അസാദ്ധ്യമാകും. പ്രതിസന്ധി മറികടക്കാനുള്ള ഒരു മാർഗ്ഗമാണ് യുദ്ധങ്ങൾ. ആയുധ നിർമ്മാണവും യുദ്ധാവശ്യങ്ങൾക്കുള്ള ഉല്പാദന-നിർമ്മാണ പ്രവർത്തനങ്ങളും തങ്ങളുടെ ലാഭം വളർത്തുമെന്ന് മുതലാളിത്തം കണക്കാക്കുന്നു. കോടിക്കണക്കിനു രൂപ ചിലവാക്കിയുള്ള യുദ്ധവും, അതു സമ്മാനിക്കുന്ന വരുമാന വർദ്ധനവും തങ്ങൾക്കു ഗുണകരമാവുമെന്ന് മുതലാളിത്തം വിശ്വസിക്കുന്നു. ബി ജെ പി യുടെ മാതൃ സംഘടനയായ ആർ എസ് എസ് യുദ്ധത്തെ മതപരമായി ഒരു വിഭാഗത്തെ അണിനിരത്തി അധികാരത്തിൽ തുടരാനുള്ള മാർഗ്ഗമായി അംഗീകരിച്ചിട്ടുണ്ട്.

മുതലാളിത്തം സൃഷ്ടിക്കുന്ന ദാരിദ്ര്യവും വിലക്കയറ്റവും അസമത്വവും തൊഴിലില്ലായ്മയും ചൂഷണവും അസ്സഹനീയമാകുന്ന മുറയ്ക്ക് ഭരണകൂടത്തോടും മുതലാളിത്തത്തോടുമുള്ള ജനകീയ പ്രതിഷേധം ശക്തമാകും. പ്രതിഷേധങ്ങളെ അടിച്ചൊതുക്കാൻ ഭരണകൂടത്തിന്റെ മർദ്ദനോപാധികളായ പൊലീസിനെയും പട്ടാളത്തെയും നീതിന്യായവ്യവസ്ഥയെയും ഉദ്യോഗസ്ഥവൃന്ദത്തെയും ഭരണകൂടം പ്രയോഗിക്കും. രാജ്യം ഫാസിസത്തിലേക്കു നീങ്ങും.

കോർപ്പറേറ്റുകളും സർക്കാരും തമ്മിലെ കൂട്ടുകെട്ട് ആത്യന്തികമായി ഫാസിസത്തിലേക്കാണ് രാജ്യത്തെ നയിക്കുക.

# 12

# വ്യവസായ വികസനത്തിന്റെ പ്രശ്നങ്ങൾ, സാദ്ധ്യതകൾ

**കേ**രളത്തിന്റെ വികസന ചർച്ചകളിൽ വ്യവസായ വികസനം ഒരു പ്രധാന അജണ്ടയായി ഇനിയും സ്ഥാനം പിടിച്ചിട്ടില്ല. പരമ്പരാഗത വ്യവസായങ്ങൾ, ഐ ടി വ്യവസായം എന്നിവയിൽ കറങ്ങിത്തിരിയുകയാണ് വ്യവസായം സംബന്ധിച്ച മിക്ക ചർച്ചകളും. അത്തരം ചർച്ചകൾ തീർച്ചയായും ഗുണപരമാണ്. പക്ഷേ, അവയിൽ ഒതുങ്ങുന്നത് ദീർഘവീക്ഷണമില്ലായ്മ മാത്രമല്ല, അപകടകരം കൂടിയാണ്. ധീരമായി ചിന്തിക്കാനും ദീർഘ വീക്ഷണത്തോടെയുള്ള നടപടിയെടുക്കാനും കഴിയുന്നില്ലെങ്കിൽ കേരളത്തിന്റെ ഭാവി ഇരുളടഞ്ഞതാകും. ആധുനിക സമൂഹം രൂപപ്പെട്ടത് വ്യവസായവല്ക്കരണത്തിലൂടെയാണെന്നോർക്കണം.

കൃഷി പ്രധാനമാണ്. പക്ഷേ, അതല്ല എല്ലാം. കൃഷി ഭക്ഷണം നല്കുന്നു. തൊഴിൽ നല്കുന്നു. വരുമാനമുണ്ടാക്കുന്നു. വരുമാനം വ്യവസായ ഉല്പന്നങ്ങൾക്കു വിപണി ഉണ്ടാക്കുന്നു. നാട്ടിൽപുറങ്ങളിലെ മാത്രമല്ല, പട്ടണങ്ങളിലെയും ജനങ്ങൾക്കു ഭക്ഷണം നല്കുന്നു. സർവ്വോപരി വ്യവസായ ഉല്പന്നങ്ങൾക്കും സേവനങ്ങൾക്കും വിപണിയുണ്ടാക്കുന്നു. പക്ഷേ, ദീർഘകാലാടിസ്ഥാനത്തിൽ കൃഷിയിൽ ഊന്നിയതോ വ്യവസായങ്ങളെ അവഗണിച്ചതോ ആയ ഒരു സമ്പദ് വ്യവസ്ഥയും പുരോഗതി നേടിയിട്ടില്ല. ഇതു ചരിത്രയാഥാർത്ഥ്യമാണ്. വ്യവസായങ്ങളെ അവഗണിക്കുക എന്നാൽ ചരിത്രത്തിനു നേരെ പുറം തിരിഞ്ഞു നടക്കുക എന്നാണ്.

വിവരസാങ്കേതിക വിദ്യ കരസ്ഥമാക്കിയ യുവജനങ്ങളുടെ സാന്നിദ്ധ്യവും ആ മേഖലയുടെ വളർച്ചയും ഐ ടി കേന്ദ്രീകൃത വ്യവസായ നയമാണ് പ്രസക്തം എന്നു വാദിക്കപ്പെടുന്നുണ്ട്. സംസ്ഥാനത്ത് വിദ്യാസമ്പന്നരായ ചെറുപ്പക്കാരുടെ സാന്നിദ്ധ്യം ചൂണ്ടിക്കാട്ടിയാണ് ഈ വാദം.

ഇവിടെ ചില വസ്തുതകൾ വിശദമായ പരിശോധന ആവശ്യമാക്കുന്നുണ്ട്. ഒന്നാമതായി, വിവരസാങ്കേതികരംഗത്തുണ്ടാകുന്ന പെട്ടെന്നും വമ്പിച്ചതുമായ മാറ്റങ്ങൾ പരിശോധിക്കണം. ശാസ്ത്രത്തിന്റെ സ്വഭാവമാണ് പെട്ടെന്നുള്ള കുതിച്ചുചാട്ടങ്ങൾ. ഓരോ കുതിച്ചുചാട്ടത്തിനുമൊത്ത് നീങ്ങുവാൻ ഐ ടി വിദഗ്ദ്ധർക്ക് കഴിയായ്മ പ്രധാന പ്രശ്നമാണ്. പുതിയ സാങ്കേതിക വിദ്യ പരിശീലിച്ചു വരുമ്പോഴായിരിക്കും അടുത്ത കുതിച്ചുചാട്ടം. നിരന്തരമായ തൊഴിൽ പരിശീലനംകൊണ്ട് ഓടിയെത്താൻ കഴിയുന്നതിനേക്കാൾ വേഗതയിലാണ് ഐ ടി രംഗത്തെ ഓരോ കുതിച്ചുചാട്ടവും. ഇത് ശാസ്ത്രത്തിന്റെ സ്വഭാവമാണ്. ഓരോ കുതിച്ചുചാട്ടവും തൊഴിൽ ശക്തിയുടെ അനുപാതം കുറയ്ക്കുന്നവയാണെന്നതാണ് വസ്തുത. സാങ്കേതിക വിദ്യയുടെ കുതിച്ചുചാട്ടത്തിനൊപ്പം നീങ്ങാൻ കഴിയാത്തവരെ സ്ഥാപനം ബഞ്ചിലിരുത്തും. ഇതൊരു സാങ്കേതികപദമാണ് കുറഞ്ഞുന്ന കസേരയിൽനിന്നു ബഞ്ചിലേക്കുള്ള എടുത്തുമാറ്റൽ പുറത്തേക്കുള്ള വഴി ചൂണ്ടിക്കാണിക്കലാണ്. ആയിരക്കണക്കിന് യുവാക്കൾ ഇതുപോലെ ബഞ്ചിലേക്കും തുടർന്ന് തെരുവിലേക്കും നീങ്ങുന്ന സ്ഥിതി ഭാവിയുടെ വാഗ്ദാനം എന്നു ഘോഷിച്ച ഐ ടിയുടെ മുഖ്യമുദ്രയാണ്. ചെറുപ്പക്കാർ, ഐ ടി വിദ്യാഭ്യാസത്തിൽനിന്നു പിന്തിരിഞ്ഞാലുള്ള അപകടം തിരിച്ചറിഞ്ഞാണ് പ്രമുഖ ഐ ടി കമ്പനികളുടെ പി ആർ ഒ മാർ ഐ ടിയുടെ മേന്മ പെരുപ്പിച്ചുള്ള വിദഗ്ദ്ധാഭിപ്രായങ്ങൾ വിളമ്പുന്നത്. ഐ ടിയുടെ ഭാവി ഇരുളടഞ്ഞതാണെന്നല്ല അർത്ഥം. അത് കരുതപ്പെട്ടിരുന്നതുപോലെ എന്തിനും മറുമരുന്നല്ലെന്നാണ്.

വ്യവസായവികസനത്തിനാവശ്യമായ പശ്ചാത്തല സൗകര്യങ്ങളുടെയും അസംസ്കൃത പദാർത്ഥങ്ങളുടെയും അഭാവമോ അപര്യാപ്തതയോ ആണ് മറ്റൊരു പ്രശ്നമായി ചൂണ്ടിക്കാണിക്കപ്പെടുന്നത്. തീർച്ചയായും ഇതൊരു പരിമിതിയാണ്. പക്ഷേ, മറികടക്കാനാവാത്തതല്ല. പശ്ചാത്തല സൗകര്യമൊരുക്കുക ഭീമമായ ചെലവുള്ള യത്നമാണ്. അത്തരമൊരു യത്നമാണ് സംസ്ഥാന സർക്കാർ ആരംഭിച്ചിട്ടുള്ളത്. കിഫ്ബി മുഖേന അമ്പതിനായിരം കോടി രൂപ സമാഹരിച്ച് റോഡുകൾ, പാലങ്ങൾ, ഫ്ളൈ ഓവറുകൾ, തുറമുഖങ്ങൾ, വൈദ്യുതി നിലയങ്ങൾ തുടങ്ങിയവ ആരംഭിക്കാനോ നവീകരിക്കാനോ ഉള്ള സർക്കാരിന്റെ ശ്രമം ഗുണപരമായ മാറ്റങ്ങളുണ്ടാക്കും. ലാഭകരമായ വ്യവസായ നിക്ഷേപത്തിന് അനുകൂല സാഹചര്യമാണ് തന്മൂലം സൃഷ്ടിക്കപ്പെടുന്നത്. അസംസ്കൃത വസ്തുക്കളുടെ– ഇരുമ്പയിര്, കല്ക്കരി, മാംഗനീസ് ബോക്സൈറ്റ്, ക്രൂഡ് ഓയിൽ വൈദ്യുതി തുടങ്ങിയവ– അഭാവമോ അപര്യാപ്തതയോ എളുപ്പം തരണം ചെയ്യാവുന്ന കടമ്പകളല്ല, നല്ല റോഡുകളും പാലങ്ങളും ഫ്ളൈ ഓവറുകളും കൊണ്ടു കേരളത്തിലേക്ക് സ്വകാര്യ വ്യവസായ മൂലധനം ആകർഷിക്കപ്പെടണമെന്നില്ല. കേരളത്തേക്കാൾ അത്തരം ഭൗതിക സാഹചര്യങ്ങൾ ഒരുക്കിയ സംസ്ഥാനങ്ങൾ സ്വകാര്യ മൂലധനനിക്ഷേപം ആകർഷിക്കാൻ തുടർച്ചയായി ശ്രമിക്കുകയാണ്. സ്വകാര്യമൂലധന

നിക്ഷേപം കേരളത്തോടു പുറംതിരിഞ്ഞു നില്ക്കും എന്നല്ല വിവക്ഷ. മറിച്ച് സംസ്ഥാനങ്ങൾ തമ്മിലെ മത്സരം സ്വകാര്യനിക്ഷേപത്തിന്റെ കേരളത്തിലേക്കുള്ള ഒഴുക്ക് മന്ദഗതിയിലാക്കുന്നു. സ്വകാര്യ മൂലധനം ആകർഷിക്കാനുള്ള നിക്ഷേപമേളകൾ അനവധി നടത്തിയിട്ടും ഒരു ചലനമുണ്ടായിട്ടില്ല. ഇതൊരു സന്ദേശമാണ്. നിക്ഷേപ മേളകൾ നിക്ഷേപം കൊണ്ടുവരുകയില്ല. കൂടുതൽ മെച്ചപ്പെട്ട ഭൗതികസാഹചര്യങ്ങളൊരുക്കിയ ഇതര സംസ്ഥാനങ്ങളുമായി വേണം ഭൗതിക സാഹചര്യമൊരുക്കാനൊരുങ്ങുന്ന കേരളത്തിനു മത്സരിക്കാൻ.

വൻകിട വ്യവസായികൾ, വിശേഷിച്ചും ഉപഭോക്തൃ ഉല്പന്നവ്യവസായികൾ, കേരളത്തെ ഒരു ഉപഭോക്തൃ സംസ്ഥാനമായി നിലനിർത്താനാണ് ആഗ്രഹിക്കുന്നത്. കേരളം അവർക്ക് ലാഭകരമായ വിപണിയാണ്. ഒരു ഉല്പാദക സംസ്ഥാനമെന്നതിനേക്കാൾ ഉപഭോക്തൃ സംസ്ഥാനമായി നിലനിർത്തുന്നതിലാണ് അവർക്ക് താല്പര്യം.

സ്വകാര്യ മൂലധനം കേരളത്തെ സമ്പൂർണ്ണമായും പരിത്യജിക്കും എന്നല്ല അർത്ഥം. എവിടെ ലാഭസാദ്ധ്യതയുണ്ടോ അവിടേക്കു നീങ്ങും സ്വകാര്യമൂലധനനിക്ഷേപം എന്നാണുദ്ദേശിക്കുന്നത്.

രാജ്യത്തെന്നപോലെ കേരളത്തിലും കൃഷിപ്പാടങ്ങൾ, ബാങ്കുകൾ, ചെറുതും ഇടത്തരവുമായ വ്യവസായങ്ങൾ മൊത്ത–ചെറുകിട വ്യാപാരം തുടങ്ങിയ സുപ്രധാന സാമ്പത്തിക പ്രവർത്തനങ്ങളെല്ലാം സ്വകാര്യമേഖലയിലാണ്. മൊത്തം സംസ്ഥാനവരുമാനത്തിന്റെ ഗണ്യമായ പങ്ക് സ്വകാര്യ മേഖലയുടെ സംഭാവനയാണ്. ഇതിനർത്ഥം സ്വകാര്യമേഖലയെ അവഗണിച്ചുള്ള ഒരു സാമ്പത്തിക പ്രവർത്തനവും ലക്ഷ്യംനേടുകയില്ലെന്നോ ഭാഗികമായി മാത്രമേ ലക്ഷ്യംനേടുകയുള്ളൂവെന്നോ ആണ്. ഇത് സ്വകാര്യമേഖലയ്ക്കു വേണ്ടിയുള്ള വാദമല്ല; യാഥാർത്ഥ്യം അംഗീകരിക്കലാണ്.

ഇവിടെയാണ് സ്വകാര്യമേഖലയ്ക്ക് സാമ്പത്തിക വികസനത്തിനുള്ള പങ്ക് പരിശോധനാ വിഷയമാകുന്നത്. കൃഷിയും വ്യവസായങ്ങളും സേവനങ്ങളും ഏറ്റെടുത്തു നടത്താൻ സംസ്ഥാന സർക്കാരിനു പ്രാപ്തിയില്ല. നിയന്ത്രണവിധേയമായി സ്വകാര്യ നിക്ഷേപം പ്രോത്സാഹിപ്പിക്കുകയാണ് കരണീയമായിട്ടുള്ളത്. അത്തരമൊരു നിലപാടാണ് 1957 ലെ ഇ എം എസ് സർക്കാർ കൈക്കൊണ്ടത്. സാമ്പത്തിക വികസനത്തിൽ ഏറ്റവും പക്വതയാർന്ന നിലപാടാണ് സ്വകാര്യ മൂലധന നിക്ഷേപത്തോട് 1957 ലെ ഇ എം എസ് സർക്കാർ സ്വീകരിച്ചത്. എല്ലാം പൊതുമേഖലയിൽ എന്നു വാദിക്കുന്നത് എല്ലാം സ്വകാര്യമേഖലയിൽ എന്നു വാദിക്കുന്നതുപോലുള്ള തീവ്രനിലപാടാണ്. കൃഷിപ്പാടങ്ങളും വ്യവസായങ്ങളും ധനകാര്യ സ്ഥാപനങ്ങളും കച്ചവടവും സ്വകാര്യ മേഖലയിൽ തുടരുന്നേടത്തോളം എല്ലാ മേഖലയിലും പൂർണ്ണമായ പൊതുമേഖലാ ആധിപത്യം അപ്രായോഗികമാണ്; യുക്തിരഹിതമാണ്. 1957 ലെ സർക്കാർ അധികാരമേല്ക്കുന്നതിനു മുന്നോടിയായി നിയുക്തമുഖ്യമന്ത്രി ഇ എം എസ് നമ്പൂതിരിപ്പാട്

നടത്തിയ റേഡിയോ പ്രക്ഷേപണത്തിൽ സ്വകാര്യമേഖലയോടുള്ള പൊതു നിലപാട് വ്യക്തമാക്കി." ഇ എം എസ് ഇങ്ങനെ പറഞ്ഞു. "വ്യവസായവും കച്ചവടവും വളർത്താനും മറ്റു സാമ്പത്തിക പ്രവർത്തനങ്ങളിൽ ഏർപ്പെടാനും മുതലാളിമാരെ പ്രോത്സാഹിപ്പിക്കും. അതേ സമയത്ത് അമിതമായ ലാഭമടിക്കുന്നതിൽനിന്ന് അവയെ തടയുന്നതുമാണ്. പാർട്ടിയെ സംബന്ധിച്ചാണെങ്കിൽ എവിടെനിന്നുള്ള മൂലധനത്തെയും അമേരിക്കൻ മൂലധനത്തെക്കൂടി സ്വാഗതം ചെയ്യുന്നതാണ്. പക്ഷേ, അത് ന്യായമായ വ്യവസ്ഥയിന്മേലായിരിക്കണം എന്നുമാത്രം." ഉല്പാദനവും തൊഴിലും വളർത്താൻ വിദേശ മൂലധനം സ്വീകരിക്കാം. പക്ഷേ, കൊള്ളലാഭമരുത്. സാമൂഹ്യനന്മയാകണം ലക്ഷ്യം. ഈ നിലപാടാണ് ഇ എം എസ് കൈക്കൊണ്ടത്. അമേരിക്കയെ പേരെടുത്തു പറഞ്ഞതിൽ പ്രത്യേകതയുണ്ട്. കമ്യൂണിസ്റ്റ് പാർട്ടി ശഠതമായി എതിർക്കുന്ന സാമ്രാജ്യത്വത്തിന്റെ നായകസ്ഥാനമാണ് അമേരിക്കയ്ക്കുള്ളത്.

മൂലധനവും ചൂഷണവും സംബന്ധിച്ച് വ്യക്തത ആവശ്യമുണ്ട്. സാമൂഹ്യ ലക്ഷ്യങ്ങൾക്കുവേണ്ടി ഉപയോഗിക്കുമ്പോൾ മൂലധനം ചൂഷണോപാധിയല്ല. സ്വകാര്യലാഭത്തിനുവേണ്ടി പ്രയോഗിക്കുമ്പോൾ അത് ചൂഷണോപാധിയാണ്. ചൈനയിലുണ്ട് മൂലധനം. ക്യൂബയിലുമുണ്ട് മൂലധനം. പക്ഷേ, അവ ചൂഷണോപാധികളല്ല. പൊതുവായി പറഞ്ഞാൽ ചൂഷണത്തിനുവേണ്ടിയല്ലെങ്കിൽ മൂലധനം ചൂഷണോപാധിയല്ല. ഇവിടെ ചൂഷണമുണ്ട്. പക്ഷേ, സാമൂഹ്യ നന്മയ്ക്കാണ്. ഇ എം എസ് സർക്കാർ സ്വീകരിച്ച നിലപാടിന്റെ പിന്തുടർച്ചയാണ് 2017 ജൂലൈ ആദ്യം സംസ്ഥാന സർക്കാർ പുറപ്പെടുവിച്ച വ്യവസായ വാണിജ്യനയം. വ്യവസായ മേഖലയിൽ കൂടുതൽ ദേശീയ-അന്തർദ്ദേശീയ നിക്ഷേപങ്ങൾ ഉറപ്പാക്കുമെന്നും പൊതുവായും (പബ്ലിക് സെക്ടർ) പൊതു സ്വകാര്യ പങ്കാളിത്തത്തിലുമായി (പി പി പി മോഡൽ) വ്യാവസായിക അനുബന്ധ സൗകര്യങ്ങൾ മെച്ചപ്പെടുത്തുമെന്നും വ്യവസായ- വാണിജ്യനയം വ്യക്തമാക്കുന്നു.

കോൺഗ്രസ്-ബി ജെ പി സർക്കാരുകളുടെ വിദേശ മൂലധനത്തോടുള്ള സമീപനത്തിൽനിന്നും വിഭിന്നമാണ് എൽ ഡി എഫിന്റെ സമീപനം. അനിയന്ത്രിതമായ വിദേശ മൂലധന നിക്ഷേപം നടത്തി കൊള്ളയടിക്കാനുള്ള സർവ്വസ്വാതന്ത്ര്യവും നല്കുന്നതാണ് കോൺഗ്രസ്-ബി ജെ പി നയം. കോൺഗ്രസ് അവശേഷിപ്പിച്ച ഉദാരവല്ക്കരണ നയം കരതീർത്ത് ശക്തമായി നടപ്പാക്കുകയാണ് ബി ജെ പി സർക്കാർ തന്മൂലം സാമ്പത്തിക നയത്തെക്കുറിച്ച് കോൺഗ്രസ് നിശ്ശബ്ദത പാലിക്കുന്നു. തങ്ങളാണ് ഉദാരവല്ക്കരണ നയത്തിന്റെ സ്രഷ്ടാക്കൾ എന്നു മേനി നടിക്കുകയും ചെയ്യുന്നു. നിക്ഷേപം നടത്തുകയും ലാഭം കടത്തുകയും ചെയ്യാനുള്ള സർവ്വ സ്വാതന്ത്ര്യവും വിദേശ മൂലധനത്തിനു നല്കുന്നതാണ് ഇപ്പോഴത്തെ നയം. ഉദാരവല്ക്കരണ നടപടികളിൽ ഇനിയെന്തെങ്കിലും ഭേദഗതികൾ വേണമോ എന്ന് വിദേശ മൂലധനത്തോടു ചോദിക്കുന്ന സ്ഥിതിയാണുള്ളത്. സാമൂഹ്യ നന്മ പ്രശ്നമല്ല, ഉല്പാദന വർദ്ധനയും പ്രശ്ന

മല്ല. തൊഴിൽ വർദ്ധനയും വിദേശമൂലധനത്തിനു പ്രശ്നമല്ല. വിദേശ മൂലധനത്തിനു വാതിൽ തുറന്നിട്ട 1991 നുശേഷം അതിന്റെ ഫലമായി സമ്പദ് വ്യവസ്ഥയിൽ ഉല്പാദനം, തൊഴിൽ, വരുമാനം സമത്വം എന്നീ രംഗങ്ങളിൽ എന്ത് മാറ്റമുണ്ടായി എന്നു വ്യക്തമാക്കാൻ സർക്കാർ മടിക്കുന്നു.

റോഡുകൾ, പാലങ്ങൾ, ഫ്ളൈഓവറുകൾ, വൈദ്യുതി, വെള്ളം, തുറമുഖങ്ങൾ തുടങ്ങിയവ ഒരുക്കിയാൽ സ്വകാര്യമൂലധനം ഒഴുകിയെത്തുമെന്നുള്ളത് തെളിയിക്കപ്പെടാത്ത സിദ്ധാന്തമാണ്. മറ്റു സംസ്ഥാനങ്ങൾ പശ്ചാത്തല സൗകര്യവികസനത്തിന്റെ കാര്യത്തിൽ ഏറെ മുന്നോട്ടുപോയിരിക്കുന്നു. അവയുമായി കേരളം മത്സരിക്കണം. റോഡുകളും പാലങ്ങളും തുറമുഖങ്ങളും ഉപയോഗിച്ച് സ്വകാര്യമൂലധനം ആകർഷിക്കാൻ കഴിയില്ല. സംസ്ഥാന സമ്പദ്വ്യവസ്ഥയ്ക്ക് ശക്തമായ ഒരു തള്ളൽ ബിഗ് പുഷ് –ആവശ്യമാണ്. ബിഗ് പുഷ് സമ്പദ് വ്യവസ്ഥയെ മുന്നോട്ടുനീക്കാൻ പര്യാപ്തമായിരിക്കണം. ആവശ്യമായ ശക്തിയോടെ തള്ളിയാലേ സമ്പദ്വ്യവസ്ഥ മുന്നോട്ടുപോകൂ. നിശ്ചലമായ വ്യവസ്ഥയിൽ ശക്തമായ തള്ളൽ തന്നെ, അഥവാ ബിഗ് പുഷ്, വേണ്ടിവരും. ഒരുദിശയിൽ മാത്രമല്ല, പല ദിശകളിൽ അതായത് കൃഷിയിൽ, വ്യവസായത്തിൽ, വ്യാപാരത്തിൽ, ധനകാര്യത്തിൽ എല്ലാം തീർച്ചയായും ഗൗരവതരമായ വിഭവപരിമിതിയിൽ എല്ലാ മേഖലകളിലും ബിഗ് പുഷ് സാദ്ധ്യമല്ല. ദുർല്ലഭ വിഭവങ്ങളുടെ വിതരണം ഓരോ മേഖലയ്ക്കും ആവശ്യമായ പുഷ് നല്കുവാൻ കഴിയാതെ വരും. ഇവിടെയാണ് മേഖല, അല്ലെങ്കിൽ പ്രത്യേക ഉല്പന്നത്തിന്റെയോ സേവനത്തിന്റെയോ തെരഞ്ഞെടുപ്പ് പ്രസക്തമാകുന്നത്. നല്ലൊരു തള്ള്, അഥവാ പുഷ് നല്കി സമ്പദ് വ്യവസ്ഥയെ ചലനാത്മകമാക്കുകയാണ് ആവശ്യം. ഏറ്റവുമധികം മുൻ–പിൻ ബന്ധങ്ങളുള്ള മേഖലകൾ തെരഞ്ഞെടുക്കുകയാണ് പ്രധാനം. ഒരു യാത്രാ ബസിന്റെ കാര്യമെടുക്കാം. യാത്രാ ബസ് നിരത്തിലിറങ്ങണമെങ്കിൽ മുന്നോടിയായി ഒട്ടേറെ പ്രവർത്തനങ്ങൾ വേണം. തീർച്ചയായും നീളവും വീതിയുമുള്ള റോഡ് വേണം. ബസ് നിർമ്മാണത്തിന് ഇരുമ്പും ഉരുക്കും ടയർ, ഗ്ലാസ്, എഞ്ചിൻ, പെയിന്റ് എന്നിത്യാദി അനവധി വസ്തുക്കൾ വേണം. ഇവയെല്ലാം ബസ് റോഡിലിറക്കുന്നതിനു മുമ്പ് ഉണ്ടാകണം. മുൻബന്ധത്തിൽ പെടുന്നവയാണവ. ബസ് നിർമ്മിച്ച് റോഡിലിറക്കി കഴിഞ്ഞാലോ? പെട്രോൾ അല്ലെങ്കിൽ ഡീസൽ വേണം. ഓടിക്കാനുള്ള ഡ്രൈവറും കണ്ടക്ടറും വേണം. യാത്രക്കാർ വേണം. യാത്രക്കാർക്ക് ഒട്ടനവധി പ്രയോജനങ്ങൾ ബസ് മൂലമുണ്ടാകും. യാത്ര ചെയ്യാം. സമയത്തിനെത്താം. ഉദ്ദേശിച്ച സ്ഥലത്തെത്താം അങ്ങനെ അങ്ങനെ പലതും. ഇവയെല്ലാം പിൻബന്ധങ്ങളാണ്. ബസ് നിർമ്മിക്കണമോ ട്രെയിൻ നിർമ്മിക്കണമോ എന്നത് പ്രധാന ചോദ്യമാണ്. ഏതിനാണോ മുൻ–പിൻ ബന്ധം കൂടുതൽ അതാണ് തെരഞ്ഞെടുക്കേണ്ടതെന്നു സാരം.

വികസന സാമ്പത്തിക ശാസ്ത്രം ഏറെ ചർച്ച ചെയ്തിട്ടുള്ളവയാണ് മേൽപ്പറഞ്ഞ സിദ്ധാന്തങ്ങൾ. പലരാജ്യങ്ങളുടെയും വികസനാനുഭവങ്ങ

ളുടെയും ആവശ്യങ്ങളുടെയും അടിസ്ഥാനത്തിൽ രൂപം കൊണ്ടിട്ടുള്ളവയാണ് പ്രസ്തുത സിദ്ധാന്തങ്ങൾ.

പ്രശ്നം ഇതാണ്. ആരാണ് സമ്പദ് വ്യവസ്ഥയുടെ വികസനത്തിന് ബിഗ് പുഷ് നല്കേണ്ടത്? സ്വകാര്യമേഖല? കേന്ദ്ര സർക്കാർ? സംസ്ഥാന സർക്കാർ? സ്വകാര്യ മേഖലയും സർക്കാർ മേഖലയും സംയുക്തമായി? സൈദ്ധാന്തിക നിലപാടുകൾ ഉൾക്കൊള്ളുന്നവയാണ് ചോദ്യങ്ങളെല്ലാം. സൈദ്ധാന്തിക നിലപാടുകളേക്കാൾ പ്രമുഖം പ്രായോഗിക പരിഹാരങ്ങളാണ് ആവശ്യങ്ങൾക്കു മുന്നിൽ കടുത്ത നിലപാടുകൾ മയപ്പെടുകയോ വഴിമാറുകയോ ആണ് അനുഭവം. സർക്കാർ–സ്വകാര്യ പങ്കാളിത്തം (പബ്ലിക്–പ്രൈവറ്റ് പാർട്ട്ണർഷിപ്പ്, അഥവാ പി പി പി) ഒരുകാലത്ത് ശക്തമായി എതിർക്കപ്പെട്ടിരുന്നു. പി പി പി മാതൃക സ്വകാര്യമേഖലയ്ക്കാണ് പ്രയോജനം പെയ്യുക എന്ന നിലപാടിന്റെ അടിസ്ഥാനത്തിലായിരുന്നു എതിർപ്പ്. പി പി പി മാതൃക ദോഷരഹിതമായ ഏർപ്പാടല്ല തീർച്ചയായും. കേന്ദ്ര സർക്കാരിന്റെ പല പി പി പി പ്രോജക്ടുകളും പൊതുമേഖലാ ബാങ്കുകളിൽനിന്നും വൻതോതിൽ വായ്പയെടുക്കാനും തിരിച്ചടവും മുടക്കി രക്ഷപ്പെടാനുമുള്ള മാർഗ്ഗമായാണ് സ്വകാര്യമേഖല കണ്ടത്. ഏതായാലും സർക്കാർ സ്വകാര്യപങ്കാളിത്തം ഉപേക്ഷിക്കാനുള്ള ന്യായവാദമല്ലിത്. കേരള സർക്കാരിന്റെ പുതിയ വ്യവസായ–വാണിജ്യനയം പൊതു–സ്വകാര്യപങ്കാളിത്തത്തിന് ഗണ്യമായ പ്രാധാന്യം നല്കുന്നുണ്ട്.

പൊതുമേഖലയും സ്വകാര്യ മേഖലയും ഉൾക്കൊള്ളുന്ന സമ്പദ് വ്യവസ്ഥയിൽ സ്വകാര്യമേഖലയ്ക്ക് ഗണ്യമായ സ്ഥാനമുണ്ട്. കൃഷിപ്പാടങ്ങൾ വ്യവസായങ്ങൾ, സേവനങ്ങൾ ധനകാര്യസ്ഥാപനങ്ങൾ ചെറുകിട–ഇടത്തരം– വൻകിട വ്യാപാരം തുടങ്ങിയവയെല്ലാം സ്വകാര്യമേഖലയിലാണ്. സ്വകാര്യമേഖലയെ പരിഗണിക്കാത്ത സാമ്പത്തികനയവും നടപടികളും ഫലപ്രാപ്തിയുണ്ടാക്കില്ല. സാമൂഹ്യ നിയന്ത്രണങ്ങൾക്കുവിധേയമായി സ്വകാര്യ മേഖലയെ വികസനത്തിൽ പങ്കാളിയാക്കുകയാണ് യാഥാർത്ഥ്യബോധമുള്ള സമീപനം. ഇത് പിന്തിരിപ്പൻ സമീപനമല്ല. മുന്നോട്ടുള്ള യാത്രയിലെ അനിവാര്യതയാണ്.

മൂലധനം, തൊഴിലാളികളുടെ അദ്ധ്വാനശേഷി കവരാനുള്ള ചൂഷണോപാധിയാണെന്ന കാര്യത്തിൽ സംശയമില്ല. സ്വകാര്യ കൊള്ളലാഭത്തിനുവേണ്ടി മൂലധനം ഉപയോഗിക്കുമ്പോഴാണ് അത് ചൂഷണോപാധിയാകുന്നത്. സാമൂഹ്യ നന്മയ്ക്കുവേണ്ടിയും മൂലധനം പ്രയോഗിക്കാം. ഒരു റോഡു നിർമ്മാണത്തിനോ വൈദ്യുതി നിലയത്തിനോ ആശുപത്രിക്കോ വേണ്ടി സർക്കാർ മൂലധനം പ്രയോഗിക്കുന്നത് ലാഭത്തിനല്ല. പക്ഷേ, അദ്ധ്വാന ചൂഷണമുണ്ട്. പൊതുനന്മയ്ക്ക് വേണ്ടിയാണ് മൂലധനം പ്രയോഗിക്കുന്നത്. സർക്കാർ ഉപയോഗിക്കുമ്പോൾ ചൂഷണമില്ല. സ്വകാര്യമേഖല ഉപയോഗിക്കുമ്പോൾ ചൂഷണം എന്ന വേർതിരിവില്ല. മൂലധനം എവിടെയും ചൂഷണോപാധിയാണ്.

വ്യവസായ നിക്ഷേപത്തിന്റെ ഒരു ഘടകം കേന്ദ്രസർക്കാരാണ്. ശക്ത

മായ മുൻ–പിൻ ബന്ധങ്ങളുള്ള മദർവ്യവസായങ്ങൾ ആരംഭിച്ച് കേന്ദ്ര സർക്കാരിനിൽ കേരളത്തിന്റെ വ്യവസായ പിന്നോക്കാവസ്ഥ ലഘൂകരിക്കാൻ കഴിയും. പക്ഷേ, കേന്ദ്രം കേരളത്തോടു വിവേചനാപൂർണ്ണമായ നിലപാടാണ് സ്വീകരിക്കുന്നത്. സാമ്പത്തിക നീതിയേക്കാൾ രാഷ്ട്രീയ ചായ്വുകൾക്ക് കേന്ദ്രം ഊന്നൽ നല്കുന്നു. സംസ്ഥാനത്തെ കേന്ദ്ര പൊതുമേഖലാ നിക്ഷേപം ആകെ കേന്ദ്ര നിക്ഷേപത്തിന്റെ 2.06 ശതമാനമായിരുന്നു 2011–12 ൽ. 2015 –16 ൽ അത് 1.98 ശതമാനമായി ചുരുക്കി. സംസ്ഥാനത്തെ കേന്ദ്ര പൊതുമേഖലാ സ്ഥാപനങ്ങൾ അടച്ചുപൂട്ടുകയോ സ്വകാര്യമേഖലയ്ക്കു കൈമാറുകയോ ആണ് കേന്ദ്ര നയം. കേന്ദ്ര സർക്കാർ സംസ്ഥാനത്ത് ഏതാനും വൻകിട വ്യവസായങ്ങൾ, അഥവാ മദർ വ്യവസായങ്ങൾ ആരംഭിച്ചാൽ അത് തീർച്ചയായും സംസ്ഥാനത്തിന്റെ വ്യവസായവല്ക്കരണത്തിനു കരുത്തുപകരും. ദൗർഭാഗ്യവശാൽ, പൊതുമേഖലാ സ്ഥാപനങ്ങളെ അടച്ചു പൂട്ടുകയോ സ്വകാര്യവല്ക്കരിക്കുകയോ ആണ് കേന്ദ്രനയം. ഇതിനർത്ഥം കേരളത്തിന്റെ വ്യവസായ വികസനത്തിന് കാര്യമായ ഇടപെടൽ കേന്ദ്രസർക്കാരിന്റെ ഭാഗത്തുനിന്ന് ഉണ്ടാവുകയില്ലെന്നാണ്.

ഈ പശ്ചാത്തലത്തിലാണ് സ്വകാര്യ മേഖലയുടെ സഹകരണത്തോടെ സംസ്ഥാന സർക്കാർ വ്യവസായവല്ക്കരണത്തിന് മുൻകൈയെടുക്കുന്ന പ്രശ്നം ഉയർന്നുവരുന്നത്.

9 789386 637383

Printed by Libri Plureos GmbH in Hamburg, Germany